AF751157

พระเยซูอยู่ที่ประตู:

40 เรื่องราวสุดสลดใจและคำเตือนสุดท้ายจากสวรรค์ถึงคริสตจักรยุคปัจจุบัน

โดย

เศคาริยาห์ ก็อดส์อีเกิล , คอมฟอร์ต ลาดี Ogbe เอกอัครราชทูตวันจันทร์
O. Ogbe
Zacharias Godseagle, Comfort Ladi Ogbe,
Ambassador Monday O. Ogbe

Table of Contents

หน้าลิขสิทธิ์

พระเยซูที่ประตู: 40
เรื่องราวที่น่าสลดใจและคำเตือนครั้งสุดท้ายจากสวรรค์ถึงคริสตจักรในปัจจุบัน

เผยแพร่โดย
ซาคารี อัส ก็อดซีเกิล
ร่วมกับ
กระทรวงอินทรีของพระเจ้า (GEMs)
เว็บไซต์: www.otakada.org
อีเมล์: info@otakada.org

ออกแบบปกโดย : ทีมงาน GEM In-house
การจัดรูปแบบภายใน: ทีมงานภายใน GEM
พิมพ์ในประเทศสหรัฐอเมริกา
พิมพ์ครั้งแรก : 2025

ตัวละครในเรื่องราวของคริสตจักรอาจเป็นเรื่องสมมติหรือได้รับแรงบันดาลใจจากเหตุการณ์จริง โดยเล่าซ้ำด้วยชื่อ สถานที่ หรือสถานการณ์ที่ปรับให้ชัดเจน ความเป็นส่วนตัว หรือการเน้นย้ำ

เกี่ยวกับ หนังสือ - พระเยซูที่ประตู:

จะเกิดอะไรขึ้นถ้าพระเยซูไม่อยู่ภายในคริสตจักรอีกต่อไป แต่กำลังเคาะจากภายนอก?

ในหนังสือที่กล้าหาญและเต็มไปด้วยคำทำนายเล่มนี้ ***พระเยซูที่ประตู*** ได้ส่งเสียงปลุกอันดังกึกก้องให้กับคริสตจักรทั่วโลกในปัจจุบัน ผ่าน **เรื่องราวที่ได้รับแรงบันดาลใจจากชีวิตจริง 40 เรื่อง** จากทุกทวีป ***ซาคารีอัส ก็ อดซี เกิล คอมฟอร์ท ลาดี Ogbe และเอกอัครราชทูตเมื่อวันจันทร์ O. Ogbe*** เปิดเผยวิกฤตการณ์ที่ซ่อนอยู่เบื้องหลังแท่นเทศน์ที่ขัดเกลาแล้วและที่นั่งที่แน่นขนัด: คริสตจักร ***ที่ฟุ้งซ่าน ตัดขาด และล่องลอยห่างไกลจากหัวใจของพระคริสต์***

ตั้งแต่โบสถ์ขนาดใหญ่ในอเมริกาไปจนถึงการชุมนุมใต้ดินในเอริเทรีย เรื่องราวแต่ละเรื่องล้วนเจาะลึกผ่านภาพลวงตา ไม่ว่าจะเป็นการเติบโตอย่างรวดเร็ว การเปลี่ยนใจเลื่อมใสที่ตื้นเขิน การแสดงละครทางศาสนา และการประนีประนอมในการเป็นสาวก หนังสือเล่มนี้มีรากฐานมาจากการตำหนิในวิวรณ์ 2–3 และความเร่งด่วนในลูกา 10:38–42 และมัทธิว 23:15 ซึ่งสะท้อนเสียงร้องอันศักดิ์สิทธิ์ที่ชัดเจน:

"นี่แน่ะ เรายืนอยู่ที่ประตูเคาะ..." (วิวรณ์ 3:20)

นี่ไม่ใช่แค่หนังสือ แต่เป็นภาระ เป็นแบบแปลน
เป็นคบเพลิงที่จุดประกายการฟื้นฟูทั้งในระดับบุคคลและระดับโลก

ไม่ว่าคุณจะเป็นศิษยาภิบาล ผู้นำคริสตจักร ผู้สร้างสาวก หรือผู้แสวงหาความแท้จริง ***พระเยซูที่ประตู*** จะกระตุ้นจิตวิญญาณของคุณ ทำลายหัวใจคุณ และเรียกคุณให้เลือก: **การฟื้นฟูหรือการปฏิเสธ**

เสียงเคาะก็ดัง คุณจะตอบรับไหม?

คำอธิบายปกอ่อน

พระเยซูกำลังเคาะประตู...แต่มีใครตอบไหม?

ในโลกที่ล้นไปด้วยกิจกรรมของคริสตจักร ความบันเทิงทางจิตวิญญาณ และการแสดงทางศาสนา เสียงของพระเยซูเริ่มแผ่วเบาลง คริสตจักรหลายแห่งในปัจจุบันมีทุกสิ่งทุกอย่าง ไม่ว่าจะเป็นฝูงชน แสงสว่าง เครื่องบูชา ชื่อเสียง ยกเว้นพระองค์ผู้เป็นผู้เริ่มต้นสิ่งเหล่านี้ทั้งหมด

Jesus at the Door เป็น **เรื่องราวในโลกแห่งความจริง 40 เรื่องจาก 7 ทวีป** ที่เล่าถึงความขัดแย้งอันเจ็บปวดระหว่างวัฒนธรรมของคริสตจักรกับพระคริสต์เอง ตั้งแต่ไนโรบีไปจนถึงฮูสตัน จากคริสตจักรลับๆ ในเอริเทรียไปจนถึงเวทีคริสตจักรขนาดใหญ่ในนิวยอร์ก เรื่องราวแต่ละเรื่องล้วนถ่ายทอดเสียงร้องอันแสนเจ็บปวดจากสวรรค์:

"เจ้ามีชื่อเสียงว่ายังมีชีวิตอยู่ แต่เจ้าตายไปแล้ว..."
—วิวรณ์ 3:1

หนังสือเล่มนี้ ซึ่งหยิบยกการตำหนิอย่างเร่งด่วนใน **วิวรณ์ 2–3 มาเป็นทั้ง กระจกเงาและแผนที่** สะท้อนให้เห็นสถานะของคริสตจักรยุคใหม่พร้อมทั้งชี้ทางกลับไปสู่ความใกล้ชิด ความจริง และการเป็นสาวกที่เข้มแข็ง

สำหรับศิษยาภิบาล: เรียกร้องให้ชำระล้างแท่นเทศน์ สำหรับผู้นำ: เรียกร้องให้สร้างสาวก ไม่ใช่ฝูงชน สำหรับผู้เชื่อ: เรียกร้องให้กลับคืนสู่ความรักแรกของคุณ สำหรับผู้ถูกข่มเหง: เรียกร้องให้อดทนด้วยความยินดี

นี่มันมากกว่าหนังสือ มันคือไฟ
คุณจะเปิดประตูก่อนที่มันจะสายเกินไปหรือเปล่า?

เกี่ยวกับเรา ผู้เขียน

เศคาริยาห์ ก็อดส์อีเกิล , คอมฟอร์ต ลาดี Ogbe และทูต Monday O. Ogbe **เป็น** นักเทศน์และ ผู้สอนศาสนา ระดับโลก ที่มุ่งมั่นในการเสริมสร้างผู้เชื่อให้ดำเนินชีวิตตามความรักและพลังของพระเยซูในชีวิตประจำวัน ผ่าน *God's Eagle Ministries* และแพลตฟอร์ม www.otakada.org และ www.wealthbeyondworryseries.com พวกเขาเข้าถึงประเทศต่างๆ ด้วยแหล่งข้อมูลที่อิงตามความเชื่อซึ่งผสมผสานพระคัมภีร์ เรื่องราว และกลยุทธ์เพื่อการเปลี่ยนแปลง

ซาคารี อัส ก็อดซีเกิล

ก๊อดซีเกิล ครูผู้เผยพระวจนะและผู้วิงวอนที่หลงใหลในการปลุกให้ราชอาณาจักร ตื่นขึ้น เป็นที่รู้จักจากความเข้าใจที่กล้าหาญและภาระอันหนักหน่วงในการฟื้นฟูโลก ด้วยเสียงที่หยั่งรากลึกในคำอธิษฐานและความบริสุทธิ์ เขาเป็นที่ปรึกษาแก่ผู้นำทางจิตวิญญาณและเสียงของผู้เผยพระวจนะจากทั่วทุกทวีป ในฐานะผู้เขียนร่วมของ *Jesus at the Door* ซาคารีอัสนำความชัดเจนอันลึกซึ้งมาสู่สภาพของคริสตจักรยุคใหม่ และความปรารถนาอันศักดิ์สิทธิ์ที่อยากให้พระเยซูได้ขึ้นครองบัลลังก์อีกครั้งในเจ้าสาวของพระองค์

"พันธกิจของฉันนั้นเรียบง่าย: เตรียมทางให้พระเจ้า จนกว่าคริสตจักรจะลุกโชนด้วยไฟศักดิ์สิทธิ์อีกครั้ง"

คอมฟอร์ท ลาดี โอกเบะ

คอมฟอร์ท ลาดี Ogbe เป็นที่ปรึกษา ผู้จุดประกายการอธิษฐาน และผู้ปฏิรูปจิตใจที่อ่อนโยน
เสียงอันอบอุ่นของเธอช่วยเยียวยาและถ่ายทอดเรื่องราวในชีวิตของผู้เชื่อที่บาดเจ็บ โดยเฉพาะผู้หญิงและครอบครัวที่ได้รับผลกระทบจากภาวะหมดไฟทางจิตวิญญาณ ด้วยประสบการณ์หลายปีในการเป็นสาวกและการสร้างศรัทธา เธอจึงนำมุมมองที่เปี่ยมด้วยความเห็นอกเห็นใจแต่ก็เต็มไปด้วยความจริงมาสู่หนังสือเล่มนี้ที่เรียกร้องให้มีความใกล้ชิดกับพระเยซู Comfort ทำหน้าที่เป็นแม่ทางจิตวิญญาณให้กับหลายๆ คน โดยเรียกร้องให้คริสตจักรกลับคืนสู่ความเรียบง่าย ความบริสุทธิ์ และความรัก

"การฟื้นฟูที่แท้จริงเริ่มต้นที่หัวใจ—การยอมสละชีวิตครั้งละชีวิต"

เอกอัครราชทูต Monday O. Ogbe

ทูต Monday O. Ogbe เป็นนักเทศน์ เสียงแห่งการพยากรณ์ ผู้ปฏิรูป และผู้ก่อตั้ง God's Eagle Ministries (GEM) และ Otakada.org
ปัจจุบันเขาทำหน้าที่เป็นผู้เฝ้าระวังทางจิตวิญญาณและผู้สร้างสาวกให้กับประเทศต่างๆ ด้วยพันธกิจในการปลุกเร้าคริสตจักรและฟื้นฟูความสอดคล้องของอาณาจักร เขาได้เขียนบทความมากมายเกี่ยวกับการฟื้นฟู ความสนิทสนม และคริสตจักรในยุคสุดท้าย *พระเยซูที่ประตู*
เป็นส่วนหนึ่งของพันธกิจทั่วโลกของเขาในการเรียกคริสตจักรกลับคืนสู่ความรักแรกของเธอ ก่อนที่มันจะสายเกินไป

"นี่ไม่ใช่แค่หนังสือ แต่เป็นภาระ เป็น เสียง แตร
เป็นเสียงเรียกครั้งสุดท้ายก่อนที่ประตูจะปิด"

ข้อความถึงคุณ — ผู้อ่าน

ที่รัก,

นี่เป็นมากกว่าหนังสือ มันคือภาระ—ซึ่งเกิดจากน้ำตา คำอธิษฐาน และไฟ
หากคุณอ่านมาถึงตรงนี้ แสดงว่าคุณไม่พอใจกับความเป็นคริสเตียนแบบผิวเผิน
มีบางสิ่งที่ลึกซึ้งกว่านั้นกำลังเรียกคุณอยู่ สิ่งนั้น... คือใครบางคน

พระเยซูอยู่ที่ประตู และพระองค์กำลังเคาะ ไม่ใช่ที่ประตูอาคาร แต่ที่ประตูหัวใจ ที่ประตูหัวใจของคุณ

บางทีเรื่องราวเหล่านี้อาจทำให้คุณนึกถึงช่วงเวลาที่คุณแทนที่ความใกล้ชิดด้วยกิจกรรมต่าง ๆ... เมื่อคุณเข้าใจผิดคิดว่างานรับใช้คือความสัมพันธ์... เมื่อคุณปล่อยให้เสียงรบกวน ตัวเลข หรือแม้แต่เหตุการณ์อันสูงส่งมากลบเสียงอันเงียบสงบของพระผู้ช่วยให้รอด

บางทีคุณอาจรู้สึกเจ็บปวดกับคริสตจักร รู้สึกผิดหวังกับศาสนา หรือบางทีคุณอาจ "ฟุ้งซ่านเพราะการปรนนิบัติมากเกินไป" เช่นเดียวกับมาร์ธา (ลูกา 10:40) ในขณะที่มารีย์นั่งลงและเลือก "ส่วนที่ดีกว่า" (ลูกา 10:42)

แต่ความงามของพระกิตติคุณอยู่ที่ **พระเยซูผู้ตักเตือนก็เป็นพระเยซูผู้ทรงฟื้นฟู**

วันนี้พระองค์ทรงยืนด้วยพระเนตรแห่งไฟและพระหัตถ์แห่งพระคุณ—
ทรงเชิญชวนคุณให้:

- กลับไปสู่รักแรกของคุณ
- สร้างแท่นบูชาแห่งความใกล้ชิดขึ้นใหม่
- สำนึกจากความยุ่งวุ่นวายอันว่างเปล่า
- จุดไฟแห่งความจงรักภักดีให้ลุกโชนขึ้นอีกครั้ง

พระองค์ไม่ได้ทรงเรียกคุณให้ทำมากกว่านี้ แต่ทรงเรียกคุณให้เข้ามาใกล้มากขึ้น

คริสตจักรต้องตื่นขึ้น ไม่ใช่แค่เทศนาเรื่องการฟื้นฟูเท่านั้น
แต่จะต้องดำเนินชีวิตตามนั้นด้วย
คุณไม่ใช่แค่ผู้อ่าน แต่คุณคือผู้หลงเหลืออยู่ โลกกำลังเฝ้าดู สวรรค์กำลังบันทึก
ชีวิตนิรันดร์กำลังรอคอย

"จงซื่อสัตย์จนชั่วชีวิต แล้วเราจะมอบมงกุฎแห่งชีวิตให้แก่เจ้า"
—วิวรณ์ 2:10

จง ลุกขึ้นมา เผาไหม้อีกครั้ง กลับมา
ให้โลกได้เห็นพระเยซู ไม่ใช่ผ่านแท่น แต่ผ่านผู้คนที่ได้รับการชำระล้างแล้ว

เปิดประตู ให้เขาเข้ามา และอย่าปิดมันอีกเลย

ด้วยไฟและความรักของพระองค์
ซาคา รีอัส ก็อดซีเกิล
ปลอบโยน ลาดิ Ogbe
เอกอัครราชทูตวันจันทร์ O. Ogbe

วิธีการอ่านหนังสือเล่มนี้

หนังสือเล่มนี้ไม่ได้มีไว้สำหรับอ่านเล่นๆ แต่
เป็นการเดินทางทางจิตวิญญาณ กระจกเงา และ **การ** เรียก ร้อง **ให้ลงมือ** ทำ
เรื่องราวทั้ง 40 เรื่องได้รับการสร้างสรรค์ขึ้นเพื่อกระตุ้นหัวใจของคุณ
ท้าทายสมมติฐานของคุณ และนำคุณมาพบกับ **เสียงของพระเยซู** ในเวลานี้
เรื่องราวเหล่านี้ไม่ได้เกี่ยวกับสิ่งที่เกิดขึ้นในคริสตจักรเท่านั้น
แต่ยังเกี่ยวกับสิ่งที่เกิดขึ้นในตัวคุณด้วย
เพื่อให้ได้รับประสบการณ์สูงสุด เราขอแนะนำดังต่อไปนี้:

1. อ่านด้วยการอธิษฐาน
เริ่มต้นเรื่องราวแต่ละเรื่องด้วยคำอธิษฐานสั้น ๆ:
"พระเจ้า โปรดเปิดตาฉัน โปรดตรัสกับฉันเป็นการส่วนตัว
โปรดแสดงให้ฉันเห็นว่าฉันหลงทางไปที่ไหน โปรดนำฉันกลับมาหาพระองค์"
สิ่งเหล่านี้ไม่ใช่เพียงเรื่องเล่าเท่านั้น แต่ยังเป็น **เสียงกระซิบจากสวรรค์**
ที่สะท้อนถึงหัวใจของพระเยซูไปยังคริสตจักรอีกด้วย

2. อ่านอย่างไตร่ตรอง
หลังจากแต่ละเรื่องราว ให้ใช้เวลาไตร่ตรอง:

- ส่วนใดของเรื่องราวนี้สะท้อนชีวิตของฉัน คริสตจักรของฉัน หรือการเดินเคียงข้างพระเจ้าของฉัน?
- ฉันเลือกการแสดงเหนือการปรากฏตัวแล้วหรือยัง?
- พระเยซูกำลังเคาะประตูชีวิตฉันอยู่ตรงไหน?

คำ **เตือน** และ **คำเตือนจากสวรรค์** รวมอยู่ด้วย อย่ารีบอ่านผ่านๆ หยุดชั่วคราว ฟัง บันทึก

3. อ่านในชุมชน
หนังสือเล่มนี้เหมาะสำหรับ:

- กลุ่มศึกษาพระคัมภีร์
- ทีมผู้นำคริสตจักร
- ทุนเยาวชน

- ค่ายภาวนา
- ชั้นเรียนการเป็นสาวก

ใช้เป็นหนังสือสวดมนต์หรือชุดหนังสือฟื้นฟูจิตใจ 40 วัน
สามารถอ่านเรื่องราวแต่ละเรื่องได้ต่อวัน ต่อสัปดาห์
หรือปรับให้เหมาะสมสำหรับการสนทนาเชิงลึกและการอธิษฐาน

4. ตอบสนองอย่างกระตือรือร้น
ในตอนท้ายของหนังสือ คุณจะพบ **คำเรียกร้องให้ดำเนินการ** คำ **อธิษฐานกลับใจ** และ **ความท้าทายในการเป็น** สาวก
อย่าเพียงแค่อ่าน แต่ จง **กระทำ**

- สารภาพถึงความศรัทธาที่เกิดขึ้น
- แบ่งปันจุดที่ความจริงแผดเผา
- เปลี่ยนแปลงตรงที่พระเยซูเคาะประตู

5. บันทึกการเดินทาง
เตรียมสมุดบันทึกไว้ใกล้ตัว
เขียนสิ่งที่พระเจ้าตรัสผ่านเรื่องราวแต่ละเรื่อง บันทึกคำอธิษฐาน คำสารภาพ และการตัดสินใจของคุณ นี่ไม่ใช่แค่เรื่องของข้อมูลเท่านั้น แต่เป็นเรื่องของ **การเปลี่ยนแปลง**

6. แบ่งปันไฟ
หากหนังสือเล่มนี้ส่งผลต่อคุณ โปรดส่ง
ต่อ มอบเป็นของขวัญ เผยแพร่ สอน และ
แบ่งปันเรื่องราวของคุณ ให้เปลวไฟแห่งการฟื้นฟูแผ่กระจายจาก
ใจของคุณไปสู่บ้านของคุณ และจากคริสตจักรของคุณไปสู่ประชาชาติต่างๆ

"ใครมีหูก็จงฟังสิ่งที่พระวิญญาณตรัสกับคริสตจักร"
— วิวรณ์ 2:7
นี่ไม่ใช่ความบันเทิง แต่
มันคือคำเชื้อเชิญจากสวรรค์
เปิดใจของคุณ ปล่อยให้พระวิญญาณบริสุทธิ์นำคุณ และเหนือสิ่งอื่นใด...

การอุทิศตน

ถึงพระองค์ผู้ยังคงยืนอยู่ที่ประตูและเคาะประตู—พระเยซูคริสต์ พระผู้ช่วยให้รอดของฉัน กษัตริย์ของฉัน และความรักครั้งแรกของฉัน

สำหรับ **ศิษยาภิบาล ผู้นำ และผู้เชื่อ ทุกคน** ที่ปรารถนาสิ่งที่มากกว่ากิจวัตรประจำวัน มากกว่าการปฏิบัติธรรม มากกว่าศาสนา นี่คือสิ่งสำหรับคุณ

และสำหรับ **คริสตจักรที่เหลือ** ซึ่งลุกขึ้นข้ามชาติทั้งหลายที่ซ่อนตัวอยู่ในคำอธิษฐาน ชำระล้างด้วยไฟ มั่นคงในความรัก คุณคือความหวังของสวรรค์บนแผ่นดินโลก

ขออย่าให้คุณสูญเสียความมหัศจรรย์ของการปรากฏของพระองค์ และความเร่งด่วนของการเรียกของพระองค์

การแสดงความยอมรับ

ข้าพเจ้าขอขอบพระคุณพระวิญญาณบริสุทธิ์อย่างสุดซึ้ง ผู้ทรงแบกภาระในการส่งสารนี้ และทรงประทับอยู่เคียงข้างทุกถ้อยคำที่เขียนไว้ พระองค์ผู้ทรงตักเตือน ให้คำปรึกษา และปลอบโยนเรา นี่คือผลงานของพระองค์ที่ทรงทำผ่านมือของเรา

ถึงครอบครัวและพันธมิตรการปฏิบัติศาสนกิจที่ **God's Eagle Ministries (GEM)** ศรัทธา กำลังใจ และการเสียสละของคุณทำให้การทำงานนี้เป็นไปได้

สำหรับร่างกายของพระคริสต์ทั่วโลกโดยเฉพาะคริสตจักรใต้ดิน บรรดานักบุญที่ถูกข่มเหง และผู้ศรัทธาไม่กี่คนที่สวดภาวนาอย่างไม่เปิดเผย
พวกคุณคือฮีโร่ที่แท้จริงของหนังสือเล่มนี้

ถึงศิษยาภิบาลและที่ปรึกษาที่ท้าทายให้ฉันดำเนินชีวิตในความจริง ไม่ใช่แค่ประเพณีเท่านั้น ขอบคุณที่เป็นแบบอย่างของพระคริสต์ต่อหน้ามนุษย์

ขอขอบคุณทุกจิตวิญญาณที่แบ่งปันเรื่องราวของตน ไม่ว่าทางตรงหรือทางอ้อม
ความเจ็บปวด ความซื่อสัตย์
และความหิวกระหายพระเจ้าของคุณเป็นแรงผลักดันให้เกิดเสียงร้องเรียกร้องการฟื้นฟูทั่วโลก

และถึงผู้อ่านทุกคน ขอบคุณที่เปิดใจ ขอให้มือของคุณพร้อมที่จะกระทำ
ขอให้เข่าของคุณพร้อมที่จะก้มหัว และขอให้ประตูของคุณเปิดกว้างสำหรับพระเยซู

การแนะนำ

พระเยซูอยู่ที่ประตูแต่คริสตจักรหลายแห่งไม่ได้ยินเสียงเคาะประตูของพระองค์อีกต่อไป

ในยุคสมัยที่ขับเคลื่อนด้วยเสียงรบกวน ตัวเลข และชื่อเสียง
คริสตจักรทั่วโลกยืนอยู่บนทางแยก เราสร้างเวทีที่ยิ่งใหญ่ เติมเต็มสนามประลอง
และไล่ตามกระแสไวรัล แต่กลับสูญเสียสิ่งหนึ่งที่พระเยซูทรงเรียกว่า “ดีกว่า”
นั่นคือความใกล้ชิดที่พระบาทของพระองค์

Jesus at the Door: 40 Heartbreaking Stories and Heaven's Final Warning to Today's Churches เป็นมากกว่าหนังสือ
เป็นเสียงร้องพยากรณ์จากใจของพระคริสต์ถึงเจ้าสาวที่สับสนของพระองค์
หนังสือเล่มนี้ได้รับแรงบันดาลใจจากวิวรณ์ 3:20
และมีรากฐานมาจากคำตำหนิของพระเยซูต่อคริสตจักรในวิวรณ์ 2–3
หนังสือเล่มนี้รวบรวม **เรื่องราวสะเทือนอารมณ์ 40 เรื่องที่ครอบคลุมทั้งทวีป**
ซึ่งเปิดเผยการกัดเซาะเงียบๆ ในวัฒนธรรมคริสตจักรในปัจจุบัน
ตั้งแต่ลากอสถึงลอสแองเจลิส ไนโรบีถึงนิวยอร์ก ซานติอาโกถึงไซบีเรีย
แอสมาราถึงแอนตาร์กติกา เรื่องราวแต่ละเรื่องมีโครงสร้างที่ทรงพลัง 5 ส่วน:

- **ภาพลวงตา** : ที่ความสำเร็จทางโลกปกปิดความเสื่อมทางจิตวิญญาณ
- **การเคาะประตู** : ที่พระเยซูทรงเผชิญหน้ากับการประนีประนอม
- **วิกฤตการณ์** : เมื่อหน้ากากถูกทำลายและความจริงถูกเปิดเผย
- **เศษซาก** : ที่ซึ่งบางคน ตอบสนอง ด้วยความสำนึกผิดและความหิวโหย
- **คำเตือนจากสวรรค์** : ที่การเรียกร้องให้เปลี่ยนแปลงต้องดำเนินการอย่างเร่งด่วน

สิ่งเหล่านี้ไม่ใช่เรื่องแต่ง
พวกมันเป็นกระจกสะท้อนถึงความเหนื่อยล้าของศิษยาภิบาลที่ทำงานหนักเกินไป
บาดแผลจากการเผยแผ่ศาสนาที่ตื้นเขิน การเอาเปรียบผู้ที่เปราะบาง
ความสิ้นหวังของศรัทธาที่ขับเคลื่อนด้วยการแสดง
และการข่มเหงที่ชำระล้างและทดสอบแก่นแท้ของคริสตจักร
เราเห็น **มารธา** —ยุ่งแต่ไม่ยุ่ง เราได้ยิน **คำตำหนิของพระเยซู** :

“ท่านได้ละทิ้งความรักครั้งแรกของท่านแล้ว” (วิวรณ์ 2:4)
เราเห็นพวก **ฟาริสี** เปลี่ยนจิตวิญญาณให้เชื่อตามพิธีกรรมเท่านั้น

เราได้ยิน พระเยซู ทรงร้องว่า
“วิบัติแก่เจ้า... เจ้าทำให้พวกเขาเป็นลูกของนรกสองเท่า” (มัทธิว 23:15) เรารู้สึกถึง **ความเฉื่อยชา** ในเมืองลาโอดิเซีย
เราสัมผัสได้ถึงความเร่งด่วน: “จงกลับใจ... มิฉะนั้นเราจะถอดเชิงเทียนของเจ้าออก” (วิวรณ์ 2:5)
ทว่าผ่านระบบที่พังทลายทุกระบบ ก็ **ยังมีส่วนที่เหลืออยู่ซึ่ง** ยังคงซื่อสัตย์ กระตือรือร้น และเต็มไปด้วยไฟศักดิ์สิทธิ์

หนังสือเล่มนี้เหมาะสำหรับ:

- **ศิษยาภิบาล** กำลังค้นหาสาระสำคัญที่อยู่เหนือสปอตไลท์
- **ผู้นำ** เหนื่อยหน่ายกับศรัทธาที่ผิวเผิน
- **ผู้เชื่อ** ที่ปรารถนาที่จะสัมผัสกับพระเยซูอย่างลึกซึ้งและทุกวัน
- **นักบุญที่ถูกข่มเหง** ซึ่งต้องการคำพูดแห่งความอดทนและความหวัง

เรื่องราวแต่ละเรื่องเปรียบเสมือนเปลวไฟ เมื่อรวมกันแล้ว
เรื่องราวเหล่านี้เปรียบเสมือนเตาหลอมที่เรียกร้องให้คริสตจักรกลับใจ ปฏิรูป และฟื้นฟู

คำเรียกร้องให้ดำเนินการ

“ดูเถิด เรายืนเคาะอยู่ที่ประตู...” — วิวรณ์ 3:20

ศิษยาภิบาล จงชำระล้างการประนีประนอมจากแท่นเทศน์แล้วเทศนาด้วยไฟศักดิ์สิทธิ์

ผู้นำ ต้องกลับมาสู่จุดลึก—ศิษย์ต้องไม่เพียงแค่รวบรวม

ผู้ศรัทธาทั้งหลาย จงอธิษฐานด้วยความหิวโหย จงรักด้วยความทุ่มเท
และจงเผาไหม้ด้วยความจริง

นักบุญผู้ทุกข์ทรมาน จงซื่อสัตย์—มงกุฎของคุณกำลังรออยู่
40 เรื่องราวเหล่านี้คือ **เสียงร้องเรียกกำลังใจ ของคุณ** รีบด่วน กลับใจ เทศนา ส่องแสง

เลือกส่วนที่ดีกว่า เลือกพระเยซู
เปิดประตูเดี๋ยวนี้
ให้การฟื้นฟูเริ่มต้นจากคุณ

เรื่องที่ 1: แอฟริกา – ความตาบอดจากการเติบโตอย่างรวดเร็ว – แท่นบูชาแห่งความทะเยอทะยาน

*พระคัมภีร์ : ลูกา **10:38-41**, วิวรณ์ **2:4-5**, มัทธิว **23:15***

1. ภาพลวงตา

ในเมืองลากอส ประเทศไนจีเรีย คริสตจักร Kingdom House เปล่งประกายด้วยโดมที่นั่งได้ 10,000 ที่นั่ง ศิษยาภิบาลจอห์น โอโคโร วัย 45 ปี ผู้ซึ่งมีป้ายโฆษณาทั่วเมือง ได้เทศนาเรื่องการเติบโตด้วยความกระตือรือร้น จากเต็นท์สู่อาณาจักรสื่อ คริสตจักรได้จัดงานรณรงค์ การถ่ายทอดสด และการประชุม #KingdomRising กลายเป็นกระแสและดึงดูดผู้คนได้หลายพันคน สโลแกนของจอห์นคือ "สร้างเพื่อความรุ่งโรจน์" ดังกึกก้องไปด้วยเสียงเชียร์ แต่คริสตจักรพยายามหาจำนวนที่นั่ง เครื่องบูชา ชื่อเสียง มากกว่าความศักดิ์สิทธิ์ ผู้นำละเลยครอบครัวและให้ความสำคัญกับการปฏิบัติศาสนกิจ เช่นเดียวกับมาร์ธาในลูกา 10:40 คริสตจักร Kingdom House "วอกแวกเพราะการรับใช้มาก" สร้างแท่นบูชาแห่งความทะเยอทะยานในขณะที่พระเยซูเคาะประตูเหล็ก เสียงเรียกของพระองค์หายไปในเสียงโห่ร้อง

2. เสียงเคาะ

ระหว่างการฟื้นฟูที่แน่นขนัด ผู้ช่วยศาสนาจารย์ชื่อเมอร์ซี่ยืนขึ้น "วิวรณ์ 3:1 กล่าวว่า 'เจ้ามีชื่อเสียงว่ายังมีชีวิตอยู่ แต่เจ้าตายไปแล้ว'" เธอเตือน "พระเยซูกำลังเคาะประตู แต่เจ้ากำลังเสียสละวิญญาณเพื่อความสำเร็จ!" จอห์นรู้สึกหงุดหงิด แต่คำพูดของเธอ—ชื่อของภรรยาของเขา—ทำให้เจ็บใจ คืนนั้น เขาอ่านลูกา 10:38-41 โดยรู้สึกผิดที่ "มีสิ่งเดียวที่จำเป็น" ความคลั่งไคล้ของคริสตจักร—เหตุการณ์ การวัดผล การปรบมือ—สะท้อนถึงความฟุ้งซ่านของมาร์ธา พระเยซูทรงแสวงหาความใกล้ชิด แต่ความทะเยอทะยานขวางกั้นประตู คำเตือนของเมอร์ซี่ซึ่งสะท้อนถึงการวิงวอนเงียบๆ ของภรรยาของเขา เร่งเร้าให้จอห์นได้ยินเสียงเคาะประตูของพระผู้ช่วยให้รอด

3. **วิกฤตการณ์**

เกิดเรื่องอื้อฉาวขึ้น:
การที่จอห์นไม่อยู่ทำให้ครอบครัวของเขาล่มสลายและถูกเปิดเผยต่อสาธารณะ
#KingdomFalling กลายเป็นกระแสนิยม ฝูงชนลดน้อยลง
ผู้นำพยายามหาทางแก้ไขโดยสื่อ แต่คำพูดของเมอร์ซี—มัทธิว 23:15 ที่ว่า
"ความพินาศอันน่าสะอิดสะเอียน"—ยังคงหลอกหลอนจอห์น
เขาไปเยี่ยมกลุ่มอธิษฐานในโรงเก็บของของโบสถ์ ซึ่งนำโดย Tunde คนขับรถ
การนมัสการแบบดิบๆ ของพวกเขาเผยให้เห็นความว่างเปล่าของ Kingdom House
จอห์นมองเห็นความจริง: การเติบโตอย่างรวดเร็วทำให้คริสตจักรที่ตายไปแล้วถือกำเนิดขึ้น
ชื่อเสียงของคริสตจักรเป็นเพียงเปลือกนอก (วิวรณ์ 3:1)
เชื้อเชิญการพิพากษาในขณะที่ครอบครัวและความเชื่อพังทลาย

4. **เศษซาก**

ยอห์นเรียกประชุมเพื่อแสดงความสำนึกผิดในทุ่งนา เขาสารภาพต่อ 1,500
คนที่ยังอยู่ต่อว่า "เราได้สูญเสียพระเยซูไปแล้ว" เขาตัดการประชุมออกไป
โดยให้ความสำคัญกับการเป็นสาวกและครอบครัวเป็นอันดับแรก ส่วนที่เหลือ—
Tunde, Mercy และคนอื่นๆ—ศึกษาวิวรณ์ 3:2: "จงเสริมกำลังส่วนที่เหลือ" ลูกา
10:42 ชี้แนะพวกเขา: "ส่วนที่ดีกว่า" พวกเขาเป็นที่ปรึกษาให้กับคู่สามีภรรยา
รับใช้คนยากจน ครอบครัวที่แตกแยกได้คืนดีกัน เยาวชนพบจุดมุ่งหมาย
ส่วนที่เหลือเลือกความสนิทสนม เปิดประตูสู่การประทับอยู่ของพระเยซู

5. **คำเตือนจากสวรรค์**

การล่มสลายของ Kingdom House เตือนคริสตจักรที่เติบโตมากเกินไป:
ความทะเยอทะยานหลอกลวง วิวรณ์ 3:1 เปิดเผยชื่อเสียงที่ตายไปแล้ว มัทธิว 23:15

ทำนายว่าแท่นบูชาที่ว่างเปล่าจะรกร้างว่างเปล่า คุณจะไล่ตามความรุ่งโรจน์หรือพระคริสต์
คนที่เหลือแสดงหนทาง: ถ่อมตัว อุทิศตน ยอมจำนน ศิษยาภิบาล
ให้ความสำคัญกับครอบครัว ผู้นำ สานุศิษย์อย่างลึกซึ้ง ผู้เชื่อ แสวงหาพระเยซู
เปิดประตูให้พระองค์ตอนนี้ มิฉะนั้นตะเกียงของคุณจะล้มลง ลงมือทำวันนี้
เวลาผ่านไปอย่างรวดเร็ว!

เรื่องที่ 2: แอฟริกา – ทางลัดในการเป็นสาวก – การเก็บเกี่ยวที่นับไม่ถ้วน

พระคัมภีร์: ลูกา 10:38-41, วิวรณ์ 2:4-5, มัทธิว 23:15

1. ภาพลวงตา

ในเมืองไนโรบี ประเทศเคนยา คริสตจักร Glory Path มีสมาชิกเพิ่มขึ้น 5,000 คน ศิษยาภิบาลเอสเธอร์ นักเทศน์วัย 42 ปี เทศนาเรื่องความรอดทันที โดยจัดงานรณรงค์เรียกผู้เชื่อที่แท่นบูชา มีผู้คนหลายร้อยคน เช่น อนิตา นักศึกษาที่รีบเร่งไปที่นั่นทุกสัปดาห์ และนับจำนวน "การเปลี่ยนใจเลื่อมใส" ของพวกเขา #GlorySaved กลายเป็นกระแสนิยม ทำให้ห้องโถงที่สว่างไสวด้วยแสงนีออนเต็มไปด้วยคำสัญญาเรื่อง "Faith Fast" แต่ผู้เปลี่ยนใจเลื่อมใสก็หายไป ไม่ได้รับคำแนะนำ ผู้นำไล่ตามจำนวนมากกว่าการเลี้ยงดู เช่นเดียวกับมาร์ธาในลูกา 10:40 คริสตจักร Glory Path "เสียสมาธิเพราะการรับใช้มาก" หว่านเมล็ดพันธุ์ตื้นๆ ในขณะที่พระเยซูเคาะประตูแก้ว เสียงเรียกของพระองค์กลบด้วยเสียงปรบมือ

2. การเคาะประตู

ในการฟื้นฟูในมหาวิทยาลัย มีที่ปรึกษาชื่อรูธยืนขึ้น เธอเตือนว่า "วิวรณ์ 3:15 บอกว่า 'เจ้าไม่กระตือรือร้น' " "พระเยซูกำลังเคาะประตู แต่ทางลัดของคุณปิดกั้นพระองค์!" เอสเธอร์เยาะเย้ย แต่คำพูดของรูธกระทบใจเธอ คืนนั้น เอสเธอร์อ่านลูกา 10:38-41 โดยถูกตัดสินว่า "สิ่งหนึ่งจำเป็น" การเรียกที่แท่นบูชาอย่างรวดเร็วของ Glory Path ละเลยการเป็นสาวก โดยยกย่องการนับมากกว่าการดูแล พระเยซูเสนอความลึกซึ้ง

แต่ความรีบเร่งขวางประตู คำเตือนของรูธสะท้อนก้อง
เร่งเร้าให้เอสเธอร์ได้ยินเสียงเคาะประตูของพระผู้ช่วยให้รอด

3. วิกฤต

โพสต์บล็อกโดย Anita ผู้เปลี่ยนใจเลื่อมใสในพระเจ้าที่เลิกนับถือศาสนา
ได้เปิดเผยถึงการละเลย: ไม่มีใครอบรมสั่งสอนเธอผ่านเหตุการณ์สะเทือนขวัญ
#GloryFailed กลายเป็นกระแสนิยม สมาชิกออกจากคริสตจักร
ทีมของเอสเธอร์วางแผนจะแก้ไขประชาสัมพันธ์ แต่คำพูดของรูธ—
ความรกร้างว่างเปล่าในมัทธิว 23:15—ยังคงหลอกหลอนเธอ
เธอเข้าร่วมการศึกษาพระคัมภีร์ในหอพักที่นำโดยนักเรียนชื่อแมรี่
ศรัทธาอันลึกซึ้งของพวกเขาเผยให้เห็นความตื้นเขินของเส้นทางแห่งเกียรติยศ
เอสเธอร์มองเห็นความจริง: ทางลัดทำให้เกิดการเก็บเกี่ยวที่ไม่กระตือรือร้น
เสี่ยงต่อการถูกปฏิเสธ (วิวรณ์ 3:16) จิตวิญญาณของมันไม่ถูกนับต่อหน้าพระเจ้า

4. เอสเธอร์ผู้หลงเหลือ

อยู่ได้สารภาพบาปในสวนสาธารณะ “พวกเราทำให้พระเยซูผิดหวัง” เธอบอกกับคน
1,000 คนที่ยังอยู่ เธอเริ่มการให้คำปรึกษาแทนการเรียกคนไปที่แท่นบูชาอย่างรวดเร็ว
ผู้หลงเหลืออยู่ ได้แก่ มารีย์ รูธ และคนอื่นๆ ยอมรับ “ส่วนที่ดีกว่า” ในลูกา 10:42
โดยเป็นสาวกอย่างระมัดระวัง พวกเขาให้คำปรึกษาเยาวชนและฟื้นคืนความไว้วางใจ
อานิตากลับมาและพบการรักษา วัยรุ่นคนหนึ่งนำการเผยแผ่ศาสนา
ผู้หลงเหลือหยั่งรากลึกและเปิดประตูสู่ความจริงของพระเยซู

5. คำเตือนจากสวรรค์

การล่มสลายของเส้นทางแห่งพระสิริเตือนคริสตจักรให้ใช้ทางลัด:
ศรัทธาที่ไม่กระตือรือร้นเชื้อเชิญการปฏิเสธ (วิวรณ์ 3:16) มัทธิว 23:15
ทำนายว่าการเก็บเกี่ยวผลผลิตจะสูญเปล่า คุณจะนับหรือสอน?
คนที่เหลือแสดงให้เห็นหนทาง: อดทน เอาใจใส่ อุทิศตน ศิษยาภิบาล
สาวกอย่างขยันขันแข็ง ผู้นำ เอาใจใส่อย่างลึกซึ้ง ผู้เชื่อ หยั่งรากลึก
เปิดประตูสู่ความลึกซึ้งของพระเยซูตอนนี้ มิฉะนั้นจิตวิญญาณของคุณจะเหี่ยวเฉา
ลงมือทำวันนี้ เวลานี้เร่งด่วน!

เรื่องที่ 3: แอฟริกา – การฟื้นฟูคอร์รัปชัน – เครื่องบูชาที่ทำลายล้าง

พระคัมภีร์ : *ลูกา 10:38-41, วิวรณ์ 2:4-5, มัทธิว 23:15*

1. ภาพลวงตา

ในกรุงอักกรา ประเทศกานา โบสถ์ Blessed Hope สูงตระหง่านด้วยอาสนวิหารใหม่ ศิษยาภิบาล Kwame นักเทศน์ทางโทรทัศน์วัย 50 ปี เทศนาเกี่ยวกับความเจริญรุ่งเรือง โดยเรียกร้องให้มี "เครื่องบูชาอิสอัค" เพื่อการเปลี่ยนแปลงจากพระเจ้า หญิงม่ายอย่างมาม่าเบียทริซได้บริจาคที่ดินเพื่อกระตุ้นแคมเปญ #BlessedRise ฝูงชนเต้นรำหว่านเมล็ดพันธุ์แห่งปาฏิหาริย์ แต่เครื่องบูชาเป็นทุนสำหรับความหรูหราของ Kwame คนจนถูกลืม เช่นเดียวกับมาร์ธาในลูกา 10:40 โบสถ์ Blessed Hope "เสียสมาธิกับการรับใช้มาก" ไล่ตามประกายแห่งการฟื้นฟูในขณะที่พระเยซูเคาะประตูหินอ่อนของโบสถ์ พระองค์สูญเสียการทรงเรียกในความกระตือรือร้น

2. การเคาะประตู

ในงานระดมทุน ผู้อาวุโสคนหนึ่งชื่อเกรซยืนขึ้น เธอเตือนว่า "วิวรณ์ 2:4 บอกว่า 'เจ้าละทิ้งความรักดั้งเดิมของเจ้าแล้ว' พระเยซูกำลังเคาะประตู แต่เจ้ากลับเอาเปรียบแกะของพระองค์!" ควาเมส่งสัญญาณความปลอดภัย แต่คำพูดของเธอเจ็บแสบ คืนนั้น เขาอ่านลูกา 10:38-41 โดยถูกตัดสินว่า "สิ่งที่จำเป็นมีอยู่เพียงอย่างเดียว" ช่วงแรกๆ ของ Blessed Hope—การอธิษฐาน ความเอาใจใส่—เลือนหายไปเพราะความโลภ พระเยซูทรงแสวงหาความยุติธรรม แต่การทุจริตคอร์รัปชันขวางทางไว้ คำเตือนของเกรซยังคงก้องกังวาน เร่งเร้าให้ควาเมได้ยินเสียงเคาะประตูของพระผู้ช่วยให้รอด

3. วิกฤตการณ์

การเปิดโปงเผยให้เห็นการขับไล่แม่บีทริซหลังจากให้ทุกอย่างแล้ว การถวายทำให้ผู้นำร่ำรวยขึ้น #BlessedScam กลายเป็นกระแส มหาวิหารว่างเปล่า

ทีมงานของ Kwame พยายามหาทางแก้ไขสื่อ แต่คำพูดของ Grace—
ความรกร้างว่างเปล่าในมัทธิว 23:15—หลอกหลอนเขา
เขาเข้าร่วมกลุ่มสวดมนต์ในตลาดซึ่งนำโดยพ่อค้าชื่อโคฟี การนมัสการแบบดิบๆ
ของพวกเขาเปิดเผยการทุจริตของ Blessed Hope Kwame มองเห็นความจริง
ความโลภทำให้ความรักของคริสตจักรดับสูญ เชื้อเชิญการพิพากษา (วิวรณ์ 2:5)
เครื่องบูชาถูกทำลายต่อหน้าพระเจ้า

4. เศษเหลือ

Kwame จัดพิธีแสดงความสำนึกผิดในทุ่งนา “พวกเราปล้นพระเยซู” เขาร้องไห้ให้คน
1,200 คนที่มาร่วมพิธี เขาขายทรัพย์สินเพื่อช่วยเหลือคนยากจน เศษเหลือ Kofi,
Grace และคนอื่นๆ ศึกษาวิวรณ์ 2:5 และกลับคืนสู่ความรักครั้งแรก ลูกา 10:42
ชี้แนะพวกเขาว่า “ส่วนที่ดีกว่า” พวกเขาให้ที่พักพิงแก่แม่ Beatrice
ฟื้นฟูความไว้วางใจ หญิงม่ายพบความหวัง เยาวชนนำการฟื้นฟู
เศษเหลือจุดประกายศรัทธาอีกครั้ง เปิดประตูสู่การประทับของพระเยซู

5. คำเตือนจากสวรรค์

การล่มสลายของความหวังอันศักดิ์สิทธิ์เตือนคริสตจักรแห่งการฟื้นฟู
ความโลภทำให้ศรัทธาดับไป วิวรณ์ 2:5 เร่งเร้าให้
“กลับใจเสียใหม่และทำสิ่งที่ท่านเคยทำในตอนแรก” มัทธิว 23:15
ทำนายว่าเครื่องบูชาที่เสื่อมโทรมจะถูกทำลาย
คุณจะแสวงประโยชน์หรือจะช่วยเหลือผู้อื่น? คนที่เหลือแสดงหนทาง: ยุติธรรม บริสุทธิ์
ยอมจำนน ศิษยาภิบาล จงดูแลอย่างชาญฉลาด ผู้นำ จงปกป้องผู้ที่อ่อนแอ ผู้เชื่อ
จงให้ด้วยความถ่อมตัว เปิดประตูให้พระเยซูตอนนี้ มิฉะนั้นไฟของคุณจะมอดลง
ลงมือทำวันนี้ การพิพากษาใกล้เข้ามาแล้ว!

เรื่องที่ 4: อเมริกาเหนือ –
การประนีประนอมที่เป็นมิตรต่อผู้แสวงหา –
เสียงรบกวนที่ไร้สารอาหาร

พระคัมภีร์ : ลูกา 10:38-41, วิวรณ์ 3:15-16, มัทธิว 23:15

1. ภาพลวงตา

ในเมืองฮุสตัน รัฐเท็กซัส Radiant Life Church ได้เติมเต็มโรงละครที่มีที่นั่ง 7,000 ที่นั่ง ศิษยาภิบาล Sarah วัย 38 ปี ผู้ซึ่งมีวิดีโอบล็อกที่โด่งดัง ได้เทศนาเกี่ยวกับความเชื่อที่ให้ความรู้สึกดีและหลีกเลี่ยงโทษของบาป แอปของโบสถ์เสนอ "การอุทิศตนเพื่อสุขภาพ" และคาเฟ่ของโบสถ์ก็เป็นสถานที่พักผ่อน #RadiantVibe กลายเป็นกระแส ดึงดูดเยาวชนอย่าง Ruth ซึ่งเป็นอาสาสมัครที่ยุ่งวุ่นวาย คำขวัญของ Sarah ที่ว่า "Live Your Light" ทำให้คนในโบสถ์แน่นขนัด แต่ความจริงนั้นอ่อนลง ความใกล้ชิดกับพระเจ้าถูกละเลยไป เช่นเดียวกับมาร์ธาในลูกา 10:40 Radiant Life "เสียสมาธิกับการรับใช้มาก" คึกคักสำหรับผู้แสวงหา ขณะที่พระเยซูเคาะประตูอันหรูหราของโบสถ์ เสียงเรียกของพระองค์หายไปในเสียงรบกวน

2. การเคาะประตู

ในงานพิธี "ไวบ์" พยาบาลชื่อคลาร่ายืนขึ้น "วิวรณ์ 3:15 บอกว่า 'เจ้าไม่กระตือรือร้น'" เธอเตือน "พระเยซูกำลังเคาะประตู แต่ความยุ่งวุ่นวายของเจ้าทำให้พระองค์ไม่อยู่!" ซาราห์เยาะเย้ย แต่คำพูดของคลาร่าก็กระทบใจเธอ ในคืนนั้น ซาราห์อ่านลูกา 10:38-41 โดยรู้สึกผิดที่ "มีสิ่งหนึ่งเท่านั้นที่จำเป็น" กิจกรรมของ Radiant Life เช่น คณะนักร้องประสานเสียง งานกิจกรรม การสนทนา ขาดความลึกซึ้ง แสวงหาการอุทธรณ์มากกว่าความจริง พระเยซูเสนออาหาร แต่การประนีประนอมทำให้ประตูปิดลง คำเตือนของคลาร่ายังคงก้องอยู่ เร่งเร้าให้ซาราห์ได้ยินเสียงเคาะประตูของพระผู้ช่วยให้รอด

3. **วิกฤต การ**

ที่รูธล้มลงบนเวทีจากความเหนื่อยล้าทำให้เกิดความโกรธแค้น

การสอนที่ตื้นเขินทำให้สมาชิกรู้สึกว่างเปล่า #RadiantFail กลายเป็นกระแส

ฝูงชนออกไป ทีมงานของซาราห์วางแผนสร้างแบรนด์ใหม่ แต่คำพูดของคลาร่า—

ความรกร้างว่างเปล่าในมัทธิว 23:15—ยังคงหลอกหลอนเธอ

เธอเข้าร่วมกลุ่มอธิษฐานในโบสถ์ซึ่งนำโดยโจเอล บาริสต้า

การนมัสการที่เงียบสงบของพวกเขาเผยให้เห็นความว่างเปล่าของ Radiant Life

ซาราห์มองเห็นความจริง: ความวุ่นวายที่เอื้อต่อผู้แสวงหาได้ให้กำเนิดคริสตจักรที่เฉื่อยชา

เสี่ยงต่อการถูกปฏิเสธ (วิวรณ์ 3:16) เสียงดังไร้ซึ่งคุณค่า

4. **ซาราห์ผู้หลงเหลือ**

อยู่ได้สารภาพบาปในสวนสาธารณะ "พวกเราสูญเสียพระเยซูไปแล้ว" เธอบอกกับคนอีก

1,000 คนที่ยังอยู่ เธอจัดโปรแกรมที่ตื้นเขินเพื่อสอนเรื่องความใกล้ชิดกับพระเจ้า

ผู้หลงเหลืออยู่ ได้แก่ โจเอล คลารา รูธ และคนอื่นๆ ยอมรับ "ส่วนที่ดีกว่า" ในลูกา

10:42 และอธิษฐานอย่างลึกซึ้ง พวกเขารับใช้ชุมชน ฟื้นฟูศรัทธา รูธพบความสงบ

ผู้คลางแคลงใจพบพระคริสต์ ผู้หลงเหลืออยู่เปล่งประกายด้วยพระเจ้า

เปิดประตูต้อนรับการประทับของพระเยซู

5. **คำเตือนจากสวรรค์**

ชีวิตที่รุ่งโรจน์เตือนคริสตจักรที่เป็นมิตรกับผู้แสวงหา: ความวุ่นวายก่อให้เกิดความเฉื่อยชา

(วิวรณ์ 3:16) มัทธิว 23:15

ทำนายว่าความรกร้างว่างเปล่าจะถูกแทนที่ด้วยเสียงที่ว่างเปล่า

คุณจะไล่ตามความมีชีวิตชีวาหรือชัยชนะ? คนที่เหลือจะแสดงให้เห็นหนทาง: พูดจริง

ทำสงบ ยอมจำนน ศิษยาภิบาลสั่งสอนอย่างลึกซึ้ง ผู้นำเป็นแบบอย่างของความใกล้ชิด

ผู้เชื่อแสวงหาความเงียบ เปิดประตูสู่ความจริงของพระเยซูตอนนี้ มิฉะนั้นจะถูกขับออกไป

ลงมือทำวันนี้ เวลานี้สำคัญยิ่ง!

เรื่องที่ 5 : อเมริกาเหนือ –
ความตาบอดแห่งการเติบโตอย่างก้าวกระโดด –
ภาพลวงตาของคริสตจักรเมกะ

*พระคัมภีร์: ลูกา **10:38-41**, วิวรณ์ **3:1-3***

1. ภาพลวงตา

ในใจกลางเมืองดัลลาส รัฐเท็กซัส โบสถ์ New Horizon
เปล่งประกายราวกับประภาคาร วิหารที่มีที่นั่ง 20,000 ที่นั่งเต็มไปด้วยแสงไฟ ดนตรีสด
และร้านกาแฟที่เทียบชั้นกับ Starbucks ศิษยาภิบาลไรอัน วัย 40 ปี
ผู้มีเสน่ห์ดึงดูดใจและมีหนังสือขายดี
เป็นผู้นำคริสตจักรที่แน่นขนัดและมีการสตรีมพิธีกรรมให้กับผู้คนนับล้าน
โบสถ์แห่งนี้มีโครงการชุมชน งานเผยแผ่ศาสนาทั่วโลก
และกลุ่มเยาวชนที่มีการศึกษาพระคัมภีร์ผ่าน VR ผู้เข้าร่วมงานพุ่งสูงขึ้น
เงินบริจาคหลั่งไหลเข้ามา และโซเชียลมีเดียก็เต็มไปด้วยแฮชแท็ก
#NewHorizonVibes ไรอันเทศนาเกี่ยวกับความเจริญรุ่งเรืองและจุดมุ่งหมาย
เสียงของเขาดังก้องกังวานผ่านระบบเสียงที่ทันสมัย
"เรากำลังเปลี่ยนแปลงโลกเพื่อพระเยซู!" เขาประกาศทุกสัปดาห์
ขณะที่เสียงปรบมือกลบความสงสัย อย่างไรก็ตาม ภายใต้พื้นผิวที่ขัดเกลา
สมาชิกต่างรีบเร่งจากงานหนึ่งไปอีกงานหนึ่ง ตารางงานของพวกเขาแน่นขนัด
แต่จิตวิญญาณของพวกเขาแห้งเหือด เช่นเดียวกับมาร์ธาในลูกา 10:40 พวกเขา
“วอกแวกเพราะการปรนนิบัติมาก”
โดยไม่รู้ว่าพระเยซูทรงยืนอยู่หน้าประตูอันแวววาวของพวกเขา

2. เสียงเคาะ

วันอาทิตย์วันหนึ่ง มีคนแปลกหน้าคนหนึ่งแอบเข้าไปนั่งแถวหลัง เธอสวมเสื้อผ้าเก่าๆ และถือพระคัมภีร์เก่าๆ ขณะอธิษฐาน เธอยืนขึ้นพร้อมกับเสียงสั่นเครือแต่ชัดเจน "วิวรณ์ 3:1 กล่าวว่า 'เจ้ามีชื่อเสียงว่ายังมีชีวิตอยู่ แต่เจ้าตายไปแล้ว' พระเยซูกำลังเคาะประตู แต่เจ้ายุ่งเกินกว่าจะฟังพระองค์" ผู้เข้าร่วมการประชุมเปลี่ยนท่าทีอย่างไม่สบายใจ
ไรอันยิ้มอย่างมั่นใจ ส่งสัญญาณให้เจ้าหน้าที่นำเธอออกไป
แต่คำพูดของเธอยังคงวนเวียนอยู่ในใจของไรอัน คืนนั้น เขาไม่สามารถนอนหลับได้
จึงเปิดพระคัมภีร์ไปที่ลูกา 10:38-41 คำพูดของพระเยซูที่พูดกับมาร์ธาทำให้เจ็บใจ
"เจ้าวิตกกังวลและกังวลกับหลายสิ่งหลายอย่าง แต่สิ่งที่จำเป็นมีอยู่สิ่งเดียว"
ไรอันเห็นว่าคริสตจักรของเขาวุ่นวายมาก ทั้งเหตุการณ์ ตัวเลข และไลค์
ซึ่งสะท้อนถึงความฟุ้งซ่านของมาร์ธา พระเยซูอยู่ที่ประตู แต่ New Horizon
ดังเกินกว่าจะสังเกตเห็น

3. วิกฤตการณ์

สัปดาห์ถัดมา เกิดเรื่องอื้อฉาวขึ้น
การตรวจสอบบัญชีเผยให้เห็นว่ามีการจัดการเงินทุนผิดพลาด
เงินหลายล้านถูกนำไปใช้ในการตลาดและโครงการส่วนตัวของไรอัน
ในขณะที่โครงการช่วยเหลือท้องถิ่นต้องอดอยาก
โซเชียลมีเดียเต็มไปด้วยข้อกล่าวหาเรื่องความโลภ จำนวนผู้เข้าร่วมลดลงอย่างรวดเร็ว
ผู้บริจาคถอนตัว ไรอันเผชิญหน้ากับคณะกรรมการบริหาร
ซึ่งเรียกร้องให้มีการรณรงค์ประชาสัมพันธ์เพื่อ "สร้างภาพลักษณ์ใหม่"
แต่คำพูดของคนแปลกหน้ายังคงหลอกหลอนเขาอยู่ "คุณตายแล้ว"
เขาไปเยี่ยมกลุ่มสวดมนต์เล็กๆ ในห้องใต้ดินของโบสถ์ ซึ่งนำโดยภารโรงชื่อมาเรีย ที่นั่น เขาพบกับการนมัสการแบบดิบๆ ไม่มีไฟ ไม่มีกล้อง มีเพียงหัวใจที่ร้องไห้ออกมา
มาเรียอ้างถึงมัทธิว 23:15
ซึ่งเป็นคำเตือนถึงความรกร้างว่างเปล่าเมื่อโบสถ์ให้ความสำคัญกับตัวเองมากกว่าพระเจ้า
ไรอันมองเห็นความว่างเปล่า ความสำเร็จของ New Horizon
เป็นเพียงภาพลวงตาที่สร้างขึ้นจากการแสดง ไม่ใช่การยอมแพ้

4. เศษซาก

ไรอันเรียกประชุมฉุกเฉิน ไม่ใช่ในลานจอดรถ เขาสารภาพกับผู้คน 2,000 คนที่ปรากฏตัวว่า "เราหลงทาง" "เราไล่ตามการเติบโต ไม่ใช่พระเยซู" เขายกเลิกงานกิจกรรมและนำเงินไปให้คนจน คนที่เหลือ—มาเรีย เยาวชน บางคน และคนอื่นๆ—ยังอยู่เพราะหิวโหยที่จะมีความใกล้ชิดกับพระคริสต์ พวกเขาเริ่มประชุมกันที่บ้าน ศึกษาวิวรณ์ 3:2: "จงตื่นขึ้นและเสริมกำลังคนที่เหลือ" พวกเขาอธิษฐาน ร้องไห้ และรับใช้เมืองที่ถูกลืม ความไว้วางใจกลับคืนมาอย่างช้าๆ ไม่ใช่ด้วยจำนวน แต่ด้วยชีวิตที่เปลี่ยนแปลงไป แม่เลี้ยงเดี่ยวพบความหวังผ่านธนาคารอาหารของพวกเขา วัยรุ่นเลิกยาหลังจากได้รับการให้คำปรึกษา คนที่เหลือเลือก "สิ่งที่จำเป็นเพียงอย่างเดียว" (ลูกา 10:42) นั่งอยู่ที่พระบาทของพระเยซูแทนที่จะไล่ตามความสำเร็จทางโลก

5. คำเตือนจากสวรรค์

การล่มสลายของ New Horizon เป็นคำเตือนสำหรับคริสตจักรที่มัวเมากับการเติบโตอย่างรวดเร็ว วิวรณ์ 3:3 กระตุ้นเตือนว่า "จงจำสิ่งที่ท่านได้รับและได้ยิน รักษาสิ่งนั้นไว้ และกลับใจใหม่" คริสตจักรขนาดใหญ่ในปัจจุบันเสี่ยงต่อการสร้างอาณาจักรในขณะที่พระเยซูยืนอยู่ข้างนอกและเคาะประตู โลกปรบมือให้กับฝูงชนและเสน่ห์ แต่สวรรค์วัดการอุทิศตน คุณจะให้ความสำคัญกับโปรแกรมมากกว่าการอธิษฐาน การวัดผลมากกว่าความเมตตาหรือไม่ พระเยซูเรียกคุณให้ตื่นขึ้นก่อนที่ความรกร้างจะมาถึง (มัทธิว 23:15) กลับใจจากความสำเร็จที่เห็นแก่ตัว กลับมาสู่ความเรียบง่ายของการนมัสการ คนที่เหลือแสดงให้เห็นหนทาง: เล็ก ซื่อสัตย์ ยอมจำนน เปิดประตูให้พระเยซู มิฉะนั้นเชิงเทียนของคุณจะถูกถอดออก เลือกความสนิทสนมมากกว่าภาพลวงตา—ตอนนี้

เรื่องที่ 6 : แอฟริกา – การฟื้นฟูคอร์รัปชั่น – แท่นบูชาแห่งขี้เถ้า

พระคัมภีร์: ลูกา 10:38-41, วิวรณ์ 2:4-5, มัทธิว 23:15

1. ภาพลวงตา

ในกรุงอักกรา ประเทศกานา Fire of Glory Ministries ดำเนินไปอย่างสดใส
การประชุมฟื้นฟูของศิษยาภิบาลซามูเอลทำให้เต็นท์ที่มีที่นั่ง 10,000
ที่นั่งเต็มไปด้วยผู้นมัสการที่แสวงหาปาฏิหาริย์ ป้ายโฆษณาอวดการรักษาโรค
และการถ่ายทอดสดเข้าถึงผู้คนนับล้านทั่วแอฟริกา
คณะนักร้องประสานเสียงของคริสตจักรได้ตระเวนไปทั่วโลก
และโครงการสถานเลี้ยงเด็กกำพร้าของคริสตจักรได้รับรางวัล
ซามูเอลซึ่งเป็นนักเทศน์ที่กระตือรือร้นในชุดสูทสั่งตัดประกาศว่า
"พลังของพระเจ้าอยู่ที่นี่!" เงินบริจาคล้นหลาม
ระดมทุนสำหรับเครื่องบินส่วนตัวและสำนักงานใหญ่ที่เป็นประกาย ฝูงชนเต้นรำ ตะโกน
และหว่าน "เมล็ดพันธุ์แห่งศรัทธา" เพื่อขอพร แต่ความคลั่งไคล้ยังซ่อนแก่นแท้ที่ว่างเปล่า
สมาชิกไล่ตามปาฏิหาริย์แต่ละเลยการอธิษฐาน
ผู้นำให้ความสำคัญกับชื่อเสียงมากกว่าศรัทธา เช่นเดียวกับมาร์ธาในลูกา 10:40 Fire of Glory "เสียสมาธิเพราะการรับใช้มาก" โดยไม่สนใจพระเยซูที่ยืนอยู่ที่ประตู
เสียงเคาะประตูของพระองค์กลบเสียงคำรามแห่งการฟื้นฟู

2. เสียงเคาะ

ระหว่างการรณรงค์ในคืนวันศุกร์ หญิงชราคนหนึ่งชื่อเกรซ ซึ่งเป็นหนึ่งในสมาชิกผู้ก่อตั้ง
ยืนอยู่ที่นั่นโดยไม่มีใครเชิญ เธอถือพระคัมภีร์ไว้แน่นและยกพระธรรมวิวรณ์ 2:4 มาอ้าง
"เจ้าได้ละทิ้งความรักที่เจ้าเคยมีในตอนแรก" เสียงของเธอดังก้องอยู่ในเสียงเพลง
"พระเยซูกำลังเคาะประตู แต่เจ้าได้เปลี่ยนบ้านของพระองค์ให้กลายเป็นตลาด!"
ฝูงชนต่างพากันอ้าปากค้าง ซามูเอลโบกมือไล่เธอ แต่คำพูดของเธอยังคงก้องกังวานอยู่

คืนนั้น ซามูเอลอ่านพระธรรมลูกา 10:38-41 โดยรู้สึกสำนึกผิดที่พระเยซูตำหนิมาร์ธาว่า “สิ่งที่จำเป็นมีอยู่อย่างเดียว” เขาเล่าถึงช่วงแรกๆ ของคริสตจักร—การชุมนุมแบบเรียบง่าย การอธิษฐานอย่างแรงกล้า ความรักที่แท้จริง ปัจจุบันไฟแห่งความรุ่งโรจน์ไล่ตามการแสดง แท่นบูชาเย็นยะเยือกแม้จะมีฝูงชนมากมาย พระเยซูอยู่ที่ประตู แต่คริสตจักรหลงใหลในความรุ่งโรจน์ของตนเองเกินกว่าจะได้ยิน

3. วิกฤตการณ์

ไม่กี่วันต่อมา ผู้แจ้งเบาะแสได้เปิดโปงการทุจริต เงินบริจาคที่มอบให้เด็กกำพร้าเป็นทุนในการใช้ชีวิตฟุ่มเฟือยของซามูเอล มีการจัดฉาก "การรักษา" ขึ้นหลายครั้ง โซเชียลมีเดียก็เต็มไปด้วยแฮชแท็ก #FireOfGloryFraud การประท้วงทำให้คนทั้งเต็นท์แตกตื่น ผู้เข้าร่วมงานก็ล้มตาย วงในของซามูเอลเรียกร้องให้สื่อโจมตีเพื่อรักษาชื่อเสียง แต่คำพูดของเกรซยังคงหลอกหลอนเขาอยู่ "ละทิ้งความรักครั้งแรกของคุณ" เขาไปร่วมการประชุมอธิษฐานเล็กๆ ในสลัมซึ่งนำโดยนักเทศน์พิการชื่อควาเม ที่นั่นเขาพบกับการนมัสการแบบดิบๆ ไม่มีกล้อง มีเพียงน้ำตาและพระคัมภีร์ ควาเมอ้างถึงมัทธิว 23:15 ซึ่งเตือนถึง "ความพินาศอันน่าสะอิดสะเอียน" เมื่อบ้านของพระเจ้ากลายเป็นเรื่องหลอกลวง ซามูเอลมองเห็นความจริงว่า การฟื้นคืนชีพของไฟแห่งความรุ่งโรจน์เป็นเพียงขี้เถ้าที่สร้างขึ้นจากความโลภ ไม่ใช่จากพระเจ้า

4. เศษซาก

ซามูเอลเรียกประชุมเพื่อแสดงความสำนึกผิดต่อสาธารณชน ไม่ใช่ในเต็นท์แต่ในทุ่งโคลน “พวกเราได้ทำบาป” เขาร้องให้สารภาพต่อผู้คน 3,000 คนที่มาร่วมประชุม เขาขายทรัพย์สินและนำเงินไปช่วยเหลือคนยากจน ส่วนที่เหลืออยู่ ได้แก่ เกรซ ควาเม และคนอื่นๆ ยังอยู่และปรารถนาที่จะมีความใกล้ชิดกับพระเยซู พวกเขาศึกษาวิวรณ์ 2:5: “จงกลับใจและทำสิ่งที่ท่านเคยทำในตอนแรก” พวกเขาพบกันที่บ้าน อธิษฐาน รับใช้หญิงม่าย และแบ่งปันอาหาร เด็กเร่ร่อนพบที่พักพิงผ่านงานเผยแผ่ศาสนาของพวกเขา

ศรัทธาของแม่ได้รับการฟื้นฟูจากความกรุณาของพวกเขา ส่วนที่เหลืออยู่เลือก "ส่วนที่ดีกว่า" (ลูกา 10:42) นั่งอยู่ที่พระบาทของพระเยซูแทนที่จะไล่ตามปาฏิหาริย์ ไฟแห่งพระสิริอันแท้จริงค่อยๆ ลุกโชนขึ้น ไม่ใช่ในฝูงชน แต่ในหัวใจที่สำนึกผิด

5. คำเตือนจากสวรรค์

การล่มสลายของไฟแห่งความรุ่งโรจน์เตือนคริสตจักรแห่งการฟื้นฟูของแอฟริกา:
ปาฏิหาริย์ที่ปราศจากความรักจะเชื้อเชิญการพิพากษา วิวรณ์ 2:5 เร่งเร้าว่า "จงกลับใจเสีย
มิฉะนั้นเราจะถอดเชิงเทียนของคุณออก"
คุณทำให้ตาพร่าด้วยสัญญาณแต่ละเลยพระเยซูที่ประตู มัทธิว 23:15
ทำนายถึงความรกร้างว่างเปล่าสำหรับแท่นบูชาที่เสื่อมทราม
คุณจะไล่ตามชื่อเสียงมากกว่าศรัทธา บูชาเครื่องบูชามากกว่าเชื่อฟังหรือไม่
คนที่เหลือจะชี้ทาง: ถ่อมตัว อุทิศตน ยอมจำนน หันกลับไปหาความรักแรกของคุณ—
การอธิษฐาน ความบริสุทธิ์ ความเมตตา เปิดประตูให้พระเยซู
มิฉะนั้นไฟของคุณจะกลายเป็นเถ้าถ่าน เลือกความสนิทสนมมากกว่าภาพลวงตา—ตอนนี้

เรื่องที่ 7: เอเชีย – การชำระล้างของการข่มเหง – กระท่อมแห่งการยอมจำนน

พระคัมภีร์: ลูกา 10:38-41, วิวรณ์ 3:8, มัทธิว 23:15

1. ภาพลวงตา

ในป่าน้ำแข็งใกล้เมืองเปียงยาง ประเทศเกาหลีเหนือ มีคริสตจักรลับๆ แห่งหนึ่งประชุมกันในกระท่อมที่ผุพัง เอ็ลเดอร์คิม วัย 50 ปี ผอมโซ นำผู้เชื่อ 30 คนภายใต้แสงเทียนที่ส่องประกาย พวกเขาร้องเพลงด้วยเสียงกระซิบ ลมหายใจของพวกเขาสามารถมองเห็นได้ในอากาศที่เย็นยะเยือก หลบเลี่ยงการลาดตระเวนของรัฐบาล ประชาคมท่องจำพระคัมภีร์ แบ่งปันข้าวที่ลักลอบนำเข้า และอธิษฐานขออิสรภาพ คนนอกอาจเรียกพวกเขาว่าฮีโร่ ศรัทธาของพวกเขาถูกหล่อหลอมขึ้นจากไฟแห่งการข่มเหง แต่ภายใต้ความกล้าหาญของพวกเขา รอยร้าวได้ก่อตัวขึ้น บางคนกักตุนอาหารเพราะกลัวอดอยาก บางคนหลีกเลี่ยงผู้เปลี่ยนใจเลื่อมใสใหม่เพราะกลัวการทรยศ เช่นเดียวกับมาร์ธาในลูกา 10:40 พวกเขา "วิตกกังวลและกังวลกับหลายสิ่ง" สัญชาตญาณเอาตัวรอดของพวกเขาบดบังพระผู้ช่วยให้รอดของพวกเขา กระท่อมเป็นที่หลบภัย แต่การนมัสการกลับกลายเป็นแบบอัตโนมัติ เป็นพิธีกรรมแห่งความอดทน พระเยซูยืนอยู่ที่ประตู เคาะประตู แต่ความกลัวทำให้เสียงเรียกของพระองค์กลบเสียง

2. เสียงเคาะ

คืนหนึ่ง เด็กสาววัยรุ่นชื่อซูที่เพิ่งรับบัพติศมาได้พูดขณะสวดภาวนา เสียงของเธอสั่นเครือ "วิวรณ์ 3:8 กล่าวว่า 'ข้าพเจ้าได้เปิดประตูไว้ต่อหน้าท่าน ซึ่งไม่มีใครปิดได้'

พระเยซูกำลังเคาะประตู แต่พวกเรากำลังหลบซ่อนจากพระองค์!” คิมรู้สึกหงุดหงิด
กลุ่มคนรอบข้างตึงเครียด พ่อของซูถูกจับเพราะแบ่งปันพระกิตติคุณ
คำพูดของเธอมีน้ำหนักมาก คิมไล่เธอออกไป แต่คืนนั้น เขาอ่านลูกา 10:38-41
คำพูดของพระเยซูที่พูดกับมารีธาทำให้เขารู้สึกเจ็บแปลบว่า “สิ่งหนึ่งจำเป็น”
กลยุทธ์เอาตัวรอดของคริสตจักร เช่น การสะสมของ การแยกตัว
สะท้อนให้เห็นถึงความฟุ้งซ่านของมารีธา พระเยซูเสนอประตูเปิดสู่ศรัทธาที่ลึกซึ้งยิ่งขึ้น
แต่พวกเขากลับยึดติดกับการรักษาตนเอง
คิมร้องไห้เมื่อรู้สึกถึงเสียงเคาะของพระผู้ช่วยให้รอดท่ามกลางผนังของกระท่อมที่ดังเอี๊ยดอ๊
าด

3. วิกฤตการณ์

ไม่กี่วันต่อมา การโจมตีก็เกิดขึ้น ทหารจับตัวซู โดยกล่าวหาว่าเธอแจกจ่ายพระคัมภีร์
ในความโกลาหลนั้น ผู้ศรัทธาบางคนหลบหนีไปซ่อนเสบียง บางคนบอกชื่อเพื่อเอาตัวรอด
คิมถูกสอบสวนและต้องเลือกระหว่างปฏิเสธคริสตจักรหรือตาย
เขาได้รับการปล่อยตัวโดยรับสินบนและกลับไปยังฝูงแกะที่แตกแยก
คำพูดของซูสะท้อนให้เห็นว่า “ประตูที่เปิดอยู่”
เขาพยายามหาผู้ที่เหลืออยู่มาพบปะกันในถ้ำแห่งหนึ่ง ซึ่งนำโดยหญิงม่ายชื่อฮานะ
เธอยกพระธรรมมัทธิว 23:15
มาเป็นคำเตือนถึงความรกร้างว่างเปล่าเมื่อความกลัวเข้าครอบงำศรัทธา
คิมมองเห็นวิกฤตการณ์: การข่มเหงได้เปิดเผยความเห็นแก่ตัวของพวกเขา
กระท่อมซึ่งครั้งหนึ่งเคยเป็นสถานที่ศักดิ์สิทธิ์กลับว่างเปล่า
แท่นบูชาถูกทำให้แปดเปื้อนด้วยความไม่ไว้วางใจ
ศรัทธาของพวกเขาถูกทดสอบแล้วและพังทลายลงภายใต้แรงกดดัน

4. เศษซาก

คิมรวบรวมคนที่เหลือ—ฮานะ อีกห้าคน และซูที่เป็นอิสระ—ไว้ในที่ซ่อนแห่งใหม่
“พวกเราปิดกั้นพระเยซูไว้” เขาสารภาพ พวกเขาศึกษาวิวรณ์ 3:8

ยอมรับประตูแห่งการเสียสละที่เปิดอยู่
คนที่เหลือแบ่งปันข้าวสารครั้งสุดท้ายกับเพื่อนบ้านที่อดอยาก เสี่ยงต่อการถูกเปิดเผย
พวกเขาเผยแพร่ศาสนาโดยไว้วางใจในความเข้มแข็งของพระเจ้า ลูกา 10:42
ดลใจพวกเขา: “มารีย์ได้เลือกส่วนที่ดีกว่า”
ผู้แปรพักตร์พบพระคริสต์ผ่านความกรุณาของพวกเขา
ผู้พิทักษ์ซึ่งกระตุ้นด้วยความกล้าหาญของพวกเขา ช่วยชีวิตพวกเขา คนที่เหลือเติบโตขึ้น
ไม่ใช่ในจำนวน แต่ในเชิงลึก พวกเขาเคารพบูชาอย่างแรงกล้า รักอย่างไม่หวั่นไหว
การข่มเหงชำระล้างพวกเขา เปิดประตูสู่การประทับอยู่ของพระเยซู

5. คำเตือนจากสวรรค์

การล่มสลายของกระท่อมเตือนคริสตจักรที่ถูกข่มเหง:
การทดลองจะผ่านการยอมจำนนเท่านั้น วิวรณ์ 3:8 สัญญาว่าจะเปิดประตู
แต่ความกลัวสามารถล็อกประตูได้ มัทธิว 23:15
ทำนายถึงความรกร้างว่างเปล่าสำหรับความอดทนที่ไร้ศรัทธา
คุณจะเก็บชีวิตไว้หรือยอมให้มัน การข่มเหงไม่ใช่ข้อแก้ตัวสำหรับความเห็นแก่ตัว
คนที่เหลือแสดงให้เห็นหนทาง: กล้าหาญ เสียสละ อุทิศตน เปิดประตูให้พระเยซู
มิฉะนั้นความทุกข์ของคุณจะไร้ค่า เลือกความใกล้ชิดมากกว่าการเอาตัวรอด—ตอนนี้

เรื่องที่ 8: ยุโรป – ประเพณีแห่งความตาย – มหาวิหารแห่งความเงียบ พระ

คัมภีร์: ลูกา 10:38-41, วิวรณ์ 2:5, มัทธิว 23:15

1. ภาพลวงตา

ในเมืองโคโลญ ประเทศเยอรมนี มหาวิหารเซนต์ไมเคิลตั้งตระหง่านอยู่เหนือเมือง
โดยมียอดแหลมแบบโกธิกดึงดูดนักท่องเที่ยว ไม่ใช่ผู้มาสักการะ
บาทหลวงฮันส์ซึ่งเป็นนักบวชที่มีความรู้ เป็นประธานในพิธีกรรมด้วยความแม่นยำ
เสียงสวดของออร์แกนดังก้องไปทั่วห้องโถงที่ทำด้วยกระจกสี
และสถานะมรดกของโบสถ์ก็ช่วยสนับสนุนการดูแลรักษา
พิธีทางศาสนาในวันอาทิตย์ดึงดูดผู้สูงอายุจำนวนหนึ่งที่ท่องคำปฏิญาณตนตามความเชื่ออย่างท่องจำ ฮันส์ภูมิใจในประเพณี โดยดูแลวัตถุโบราณและจัดงานทางวัฒนธรรม
สำหรับโลกแล้ว มหาวิหารเซนต์ไมเคิลเป็นอนุสรณ์แห่งศรัทธา แต่ม้านั่งในโบสถ์เย็นชา
คำอธิษฐานก็ว่างเปล่า เช่นเดียวกับมาร์ธาในลูกา 10:40 โบสถ์แห่งนี้
"วอกแวกเพราะการรับใช้มากมาย" นั่นคือพิธีการเหนือพิธีศีลมหาสนิท
พระเยซูเคาะประตูเก่าแก่ของโบสถ์ แต่เสียงนั้นหายไปในเสียงประเพณี

2. เสียงเคาะ

ในระหว่างพิธีมิสซาช่วงเข้าพรรษา ผู้ลี้ภัยชาวซีเรียชื่อมิเรียมยืนถือพระคัมภีร์ไว้แน่น
"วิวรณ์ 2:5 กล่าวว่า 'จงระลึกว่าเจ้าล้มลงที่ใด จงกลับใจเสียใหม่'" เธอกล่าว
"พระเยซูกำลังเคาะประตู แต่เจ้าบูชาหิน ไม่ใช่พระองค์!"
ฮันส์รู้สึกขุ่นเคืองและสั่งให้เธอออกไป แต่คำพูดของเธอยังคงไม่หายไป คืนนั้น
เขาอ่านลูกา 10:38-41 โดยสะดุดใจที่พระเยซูทรงเรียกให้
"ทำสิ่งที่จำเป็นเพียงอย่างเดียว"
พิธีกรรมของนักบุญไมเคิลที่เคยมีชีวิตชีวาได้กลายเป็นพิพิธภัณฑ์ไปแล้ว
พระเยซูยืนอยู่ข้างนอก

แต่ความยิ่งใหญ่ของอาสนวิหารทำให้ฮันส์ไม่ได้ยินการเคาะประตูของพระองค์ เขามองเห็นความภาคภูมิใจของตนเองในการรักษารูปแบบมากกว่าศรัทธา

3. วิกฤตการณ์

ไฟไหม้ที่เกิดจากสายไฟชำรุดได้ทำลายโบราณวัตถุของอาสนวิหาร ข่าวเรียกเหตุการณ์นี้ว่าเป็นการสูญเสียทางวัฒนธรรม ฮันส์ได้เห็นการพิพากษาของพระเจ้า คำเตือนของมิเรียม—มัทธิว 23:15 บอกว่า "ความพินาศอันน่าสะอิดสะเอียน" ฟังดูเป็นความจริง ผู้เข้าร่วมพิธีลดน้อยลง ผู้บริจาคถอนตัวออกไป ฮันส์ไปเยี่ยมกลุ่มเยาวชนในห้องใต้ดินของโบสถ์ ซึ่งนำโดยบาริสต้าชื่อลูคัส การอธิษฐานของพวกเขาซึ่งปราศจากความโอ่อ่าเผยให้เห็นความว่างเปล่าของอาสนวิหาร ฮันส์ยอมรับว่าเซนต์ไมเคิลปิดตัวลงแล้ว ประเพณีของโบสถ์แห่งนี้เป็นเหมือนสุสาน ไฟไหม้ได้เผาผลาญความเสแสร้งและเผยให้เห็นโบสถ์ที่ลืมรักแรกพบไปแล้ว

4. เศษซาก

ฮันส์เรียกให้มาเฝ้าศพในโบสถ์ที่ถูกไฟไหม้ เขาสารภาพกับผู้คน 200 คนที่มาร่วมพิธีว่า "เราสูญเสียพระเยซูไปแล้ว" เขาเลิกทำพิธีกรรมและหันมาศึกษาพระคัมภีร์แทน ส่วนที่เหลือ ได้แก่ ลูกา มิเรียม และคนอื่นๆ ตอบรับคำเรียกร้องให้กลับใจในวิวรณ์ 2:5 พวกเขารับใช้ผู้ลี้ภัยและแบ่งปันความรักของพระคริสต์ ลูกา 10:42 ชี้แนะพวกเขาว่า "ส่วนที่ดีกว่า" ชายไร้บ้านพบที่พักพิง ผู้คลางแคลงใจเข้าร่วมการอธิษฐานของพวกเขา ส่วนที่เหลือสร้างศรัทธาขึ้นใหม่ ไม่ใช่สร้างกำแพง เปิดประตูของอาสนวิหารให้พระเยซูเข้ามาประทับ

5. คำเตือนจากสวรรค์

ความพินาศของโบสถ์เซนต์ไมเคิลเตือนคริสตจักรในยุโรปว่าประเพณีที่ไม่มีพระเยซูคือความตาย วิวรณ์ 2:5 เร่งเร้าให้ "ทำสิ่งที่ท่านเคยทำในตอนแรก" มัทธิว 23:15 ทำนายว่าพิธีกรรมที่ไร้ชีวิตจะรกร้างว่างเปล่า คุณจะยึดมั่นกับมรดกหรือพระคริสต์หรือไม่

คนที่เหลือจะแสดงให้เห็นหนทาง: ถ่อมตัว มีชีวิตชีวา ยอมจำนน เปิดประตูให้พระเยซู มิฉะนั้นตะเกียงของคุณจะล้ม เลือกความสนิทสนมมากกว่าสถาบัน—ตอนนี้

เรื่องที่ 9: อเมริกาใต้ – การเป็นสาวก – การเก็บเกี่ยวที่ว่างเปล่า

พระคัมภีร์: ลูกา 10:38-41, วิวรณ์ 3:15-16, มัทธิว 23:15

1. ภาพลวงตา

ในเซาเปาโล ประเทศบราซิล คริสตจักร Vida Nova มีสมาชิกเพิ่มขึ้นถึง 5,000 คน คำเทศนาที่ร่าเริงและการรับบัพติศมาอย่างรวดเร็วของศิษยาภิบาลคาร์ลาทำให้ห้องประชุมทันสมัยเต็มไปหมด ป้ายโฆษณาสัญญาว่า "ชีวิตใหม่ใน 30 วัน!"
ค่ายเยาวชนและความท้าทายทางโซเชียลมีเดียดึงดูดฝูงชน
การรับบัพติศมาเกิดขึ้นทุกสัปดาห์โดยแทบไม่มีการสอน คาร์ลาอวดถึงการเติบโต
แอปของเธอติดเทรนด์ด้วยแฮชแท็ก #VidaNovaVibe
แต่คริสตจักรมีขอบเขตที่ตื้นเขิน สมาชิกเข้าร่วมเพื่อรับพร ไม่ใช่การเปลี่ยนแปลง
เช่นเดียวกับมาร์ธาในลูกา 10:40 คริสตจักร Vida Nova
"วิตกกังวลและวิตกกังวลกับหลายสิ่ง" ไล่ตามจำนวนมากกว่าความลึก
พระเยซูเคาะประตูกระจกของคริสตจักร
แต่เสียงโห่ร้องของศรัทธาที่เกิดขึ้นในทันทีกลบเสียงพระองค์

2. เสียงเคาะ

ในพิธีบัพติศมา มิชชันนารีชื่อเปโดรยืนขึ้น "วิวรณ์ 3:15 บอกว่า 'เจ้าไม่ร้อนไม่หนาว'" เขาเตือน "พระเยซูกำลังเคาะประตู แต่ทางลัดของคุณปิดกั้นพระองค์!" คาร์ลาเยาะเย้ย แต่คำพูดของเปโดรก็โดนใจเธอ คืนนั้น เธออ่านลูกา 10:38-41 โดยถูกตัดสินว่า "สิ่งหนึ่งจำเป็น" การเติบโตอย่างรวดเร็วของวิดาโนวาทำให้ขาดการเป็นสาวก ทำให้ผู้เปลี่ยนใจเลื่อมใสไม่มีรากฐาน พระเยซูเสนอความลึกซึ้ง

แต่คริสตจักรกลับเลือกความฉูดฉาด คาร์ลารู้สึกถึงการเคาะประตูของพระองค์
เร่งเร้าให้เธอช้าลง

3. วิกฤตการณ์

เกิดเรื่องอื้อฉาวขึ้น: ผู้นำที่ไม่ได้รับการฝึกอบรมจัดการการให้คำปรึกษาอย่างไม่เหมาะสม
ทำให้วัยรุ่นคนหนึ่งกลับไปติดยาอีกครั้ง โซเชียลมีเดียหันไปเล่นงาน Vida Nova
สมาชิกออกไป คำเตือนของเปโดร—ความรกร้างว่างเปล่าในมัทธิว 23:15—ปรากฏขึ้น
คาร์ลาไปเยี่ยมชมการศึกษาพระคัมภีร์ขนาดเล็กที่นำโดยพยาบาลชื่ออานา
การสนทนาอย่างลึกซึ้งของพวกเขาเปิดเผยความตื้นเขินของ Vida Nova
คาร์ลาเห็นความจริง: การลัดขั้นตอนทำให้การเก็บเกี่ยวไร้ความหมาย
คริสตจักรไม่กระตือรือร้นและไร้ผล (วิวรณ์ 3:16)

4. เศษซาก

คาร์ลาสารภาพบาปอย่างเปิดเผยในห้องประชุม "พวกเราทำให้คุณผิดหวัง" เธอบอกกับคน
1,000 คนที่ยังอยู่ เธอแทนที่การรับบัพติศมาอย่างรวดเร็วด้วยการให้คำปรึกษา
กลุ่มที่เหลือ—อานา เปโดร และคนอื่นๆ—ศึกษาลูกา 10:42 โดยเลือก "ส่วนที่ดีกว่า"
พวกเขาสอนวัยรุ่นและสร้างความไว้วางใจขึ้นมาใหม่ แม่ที่ดิ้นรนพบจุดมุ่งหมาย
เยาวชนนำเพื่อนมาสู่พระคริสต์ กลุ่มที่เหลือเข้มแข็งขึ้น ไม่ใหญ่โตขึ้น
เปิดประตูสู่ความจริงของพระเยซู

5. คำเตือนจากสวรรค์

การล่มสลายของ Vida Nova เตือนให้คริสตจักรใช้ทางลัด:
ศรัทธาที่ไม่จริงจังเชื้อเชิญการปฏิเสธ (วิวรณ์ 3:16) มัทธิว 23:15
ทำนายความรกร้างว่างเปล่าสำหรับรากตื้น

คุณจะให้ความสำคัญกับการเติบโตมากกว่าความเป็นพระเจ้าหรือไม่?
ส่วนที่เหลือแสดงให้เห็นหนทาง: อดทน หยั่งรากลึก ทุ่มเท
เปิดประตูสู่ความลึกซึ้งของพระเยซู มิฉะนั้นผลผลิตของคุณจะเน่าเปื่อย
เลือกความสนิทสนมมากกว่าความสบาย—ตอนนี้

เรื่องที่ 10: ออสเตรเลีย – การประนีประนอมที่เป็นมิตรต่อผู้แสวงหา – เวทีที่ไม่มีพระผู้ช่วยให้รอด

พระคัมภีร์: ลูกา 10:38-41, วิวรณ์ 3:15-16, มัทธิว 23:15

1. ภาพลวงตา

ในซิดนีย์ ประเทศออสเตรเลีย โบสถ์ Coastal Grace
โดดเด่นด้วยวิทยาเขตริมชายหาด ศิษยาภิบาลลอเรน วัย 35 ปี ผู้มีชีวิตชีวา
เป็นผู้นำคริสตจักรที่มีผู้เข้าร่วมกว่า 3,000 คนด้วยการเทศนาแบบ TED Talk
และวงดนตรีนมัสการที่เทียบชั้นกับคอนเสิร์ตเพลงป๊อป
แอปของโบสถ์มีการอุทิศตนเพื่อการมีสติ
และคาเฟ่ของโบสถ์ยังจัดงานแสดงแบบเปิดไมโครโฟน ป้ายโฆษณาประกาศว่า
"ค้นหาชีวิตที่ดีที่สุดของคุณ!" ผู้เข้าร่วมเพิ่มขึ้น
โดยเฉพาะในกลุ่มคนทำงานรุ่นใหม่ที่แสวงหาจุดมุ่งหมายโดยไม่ "มีศาสนา"
โซเชียลมีเดียเต็มไปด้วยแฮชแท็ก #CoastalGraceVibes
แต่โบสถ์กลับเจือจางความจริงเพื่อดึงดูดใจ บาปแทบจะไม่ถูกกล่าวถึงเลย
การกลับใจถูกมองข้ามไป เช่นเดียวกับมาร์ธาในลูกา 10:40 โบสถ์ Coastal Grace
"เสียสมาธิกับการรับใช้มาก" สร้างภาพลักษณ์ที่เป็นมิตรต่อผู้แสวงหา
ขณะที่พระเยซูเคาะประตูกระจก เสียงเรียกของพระองค์หายไปท่ามกลางเสียงปรบมือ

2. เสียงเคาะ

ระหว่างพิธีวันอาทิตย์ที่แน่นขนัด อาสาสมัครสูงอายุชื่อโธมัสยืนตัวสั่น “วิวรณ์ 3:15 บอกว่า ‘เจ้าไม่ร้อนไม่หนาว’” เขากล่าว “พระเยซูเคาะประตู แต่เจ้าปิดกั้นพระองค์ไม่ให้รับไลค์!” ลอเรนหยุดชะงัก วงดนตรีเล่นเสียงดังขึ้นเพื่อครอบคลุม คืนนั้น เธออ่านลูกา 10:38-41 และสะดุดกับคำพูดของพระเยซูที่ว่า “สิ่งที่จำเป็นมีอยู่เพียงอย่างเดียว” พิธีอันประณีตของ Coastal Grace สร้างความเพลิดเพลินแต่ไม่ได้เปลี่ยนแปลง พระเยซูเสนอความลึกซึ้ง แต่คริสตจักรไล่ตามความเกี่ยวข้อง คำเตือนของโธมัสสะท้อนให้เห็นว่าลอเรนรู้สึกถึงการเคาะประตูของพระผู้ช่วยให้รอด ซึ่งกระตุ้นให้เธอเลือกความจริงมากกว่ากระแส

3. วิกฤตการณ์

วิดีโอไวรัลได้เปิดโปงการประนีประนอมของคริสตจักร: ผู้นำคนหนึ่งยอมรับว่าลดความสำคัญของคำเทศนาเพื่อให้คนเข้าร่วมมากขึ้น แฮชแท็กอย่าง #CoastalFake กลายเป็นกระแสนิยม สมาชิกต่างก็พากันออกจากโบสถ์ไปเป็นจำนวนมาก ทีมของลอเรนเสนอให้เปลี่ยนชื่อใหม่ แต่คำพูดของโธมัส—“ความพินาศอันน่าสะอิดสะเอียน” ในมัทธิว 23:15—ยังคงหลอกหลอนเธอ เธอไปเยี่ยมกลุ่มอธิษฐานเล็กๆ ที่นำโดยเอ็มมา บาริสต้า ในห้องเก็บของของคริสตจักร การนมัสการแบบจริงจังของพวกเขาซึ่งเน้นที่การกลับใจได้เปิดเผยความว่างเปล่าของคริสตจักรโคสตัลเกรซ ลอเรนมองเห็นความจริง: ทางลัดที่เป็นมิตรกับผู้แสวงหาได้สร้างคริสตจักรที่ไม่กระตือรือร้น ไม่ร้อนหรือเย็น พร้อมที่จะถูกถ่มทิ้ง (วิวรณ์ 3:16)

4. เศษซาก

ลอเรนโทรไปที่ศาลากลางในลานจอดรถ "พวกเราสูญเสียพระเยซูไปแล้ว" เธอสารภาพกับผู้คน 500 คนที่มาร่วมงาน เธอละทิ้งโครงการตื้น ๆ โดยเทศนาเรื่องบาปและพระคุณ ส่วนที่เหลือ—เอ็มมา โธมัส และคนอื่น ๆ—ยอมรับ "ส่วนที่ดีกว่า" ในลูกา 10:42

โดยให้ความสำคัญกับการประทับอยู่ของพระเยซูเป็นอันดับแรก พวกเขารับใช้คนไร้บ้าน แบ่งปันความจริงของพระกิตติคุณที่กล้าหาญ

ผู้คลางแคลงใจพบศรัทธาผ่านความซื่อสัตย์ของพวกเขา

ครอบครัวหนึ่งคืนดีกันที่แท่นบูชาของพวกเขา ส่วนที่เหลือเติบโตในไฟ ไม่ใช่ขนาด

เปิดประตูสู่การทรงเรียกของพระเยซู

5. คำเตือนจากสวรรค์

การล่มสลายของ Coastal Grace เตือนคริสตจักรที่เป็นมิตรกับผู้แสวงหา: การประนีประนอมก่อให้เกิดความเฉื่อยชา (วิวรณ์ 3:16) มัทธิว 23:15

ทำนายถึงความรกร้างว่างเปล่าสำหรับศรัทธาที่เจือจาง คุณจะไล่ตามฝูงชนหรือพระคริสต์?

คนที่เหลือแสดงหนทาง: ซื่อสัตย์ กระตือรือร้น ยอมจำนน

เปิดประตูสู่พระกิตติคุณฉบับสมบูรณ์ของพระเยซู หรือจะถูกขับออกไป

เลือกความสนิทสนมมากกว่าเสียงปรบมือ—ตอนนี้

เรื่องที่ 11: การข่มเหงทั่วโลก – โบสถ์ใต้ดิน – เสียงร้องของห้องใต้ดิน

พระคัมภีร์: ลูกา 10:38-41, วิวรณ์ 2:10, มัทธิว 23:15

1. ภาพลวงตา

ในกรุงเตหะราน ประเทศอิหร่าน มีคริสตจักรบ้านๆ ซ่อนตัวอยู่ในห้องใต้ดินที่ชื้นแฉะ ศิษยาภิบาลเรซา อดีตช่างเครื่อง ได้นำผู้เชื่อ 20 คนไปนมัสการด้วยเสียงกระซิบ โดยซ่อนพระคัมภีร์ไว้ใต้พื้นไม้ พวกเขาแบ่งปันขนมปัง อธิษฐานเผื่อพี่น้องที่ถูกคุมขัง

และท่องจำพระคัมภีร์ภายใต้หลอดไฟดวงเดียว การข่มเหงหล่อหลอมศรัทธาของพวกเขา
คนนอกมองว่าพวกเขาไม่หวั่นไหว แต่ความกลัวเข้ามาครอบงำ
บางคนหลีกเลี่ยงการติดต่อเพราะกลัวการจับกุม
บางคนให้ความสำคัญกับความปลอดภัยมากกว่าการเสียสละ เช่นเดียวกับมาร์ธาในลูกา 10:40 พวกเขา “วิตกกังวลและกังวลใจเกี่ยวกับหลายสิ่ง”
การเอาชีวิตรอดของพวกเขาบดบังพระผู้ช่วยให้รอดของพวกเขา
พระเยซูเคาะประตูห้องใต้ดิน แต่ความระมัดระวังทำให้เสียงของพระองค์กลบเสียง

2. เสียงเคาะ

คืนหนึ่ง ผู้เปลี่ยนใจเลื่อมใสใหม่คนหนึ่งชื่อไลลาพูดอย่างกล้าหาญ “วิวรณ์ 2:10 บอกว่า ‘จงซื่อสัตย์จนตาย’” เธอเร่งเร้า “พระเยซูกำลังเคาะประตู
แต่เรากำลังซ่อนตัวจากการทรงเรียกของพระองค์!” เรซาหงุดหงิด
ความกลัวทำให้กลุ่มคนเงียบไป พี่ชายของไลลาอยู่ในคุก—
ความกล้าหาญของเธอทำให้รู้สึกเจ็บใจ คืนนั้น เรซาอ่านลูกา 10:38-41 โดยถูกตัดสินว่า “สิ่งหนึ่งจำเป็น” การระมัดระวังของคริสตจักรทำให้พันธกิจของพระเยซูถูกปิดกั้น
เขารู้สึกถึงการเคาะประตูของพระผู้ช่วยให้รอด ซึ่งเรียกพวกเขาให้มีความรักที่ไม่กลัว

3. วิกฤตการณ์

ไม่กี่วันต่อมา การโจมตีก็เกิดขึ้น ทหารยามจับตัวเลอิลาและยึดพระคัมภีร์
ผู้เชื่อบางคนหนีไป บางคนทรยศต่อบ้านพักที่ปลอดภัยเพื่อเอาชีวิตรอด
เรซาซึ่งรอดตายได้เผชิญกับความขี้ขลาดของเขา คำพูดของเลอิลา—
ความรกร้างว่างเปล่าในมัทธิว 23:15—ฟังดูเป็นความจริง
เขาไปสมทบกับกลุ่มคนที่เหลือในห้องใต้ดินแห่งใหม่ซึ่งนำโดยซาราห์ หญิงม่าย
คำอธิษฐานที่ไม่หวั่นไหวของเธอเผยให้เห็นความขี้ขลาดของคริสตจักร เรซาเห็นความจริง:

การข่มเหงทดสอบศรัทธาของพวกเขา
เผยให้เห็นห้องใต้ดินที่เป็นเหมือนหลุมฝังศพมากกว่าสถานที่ศักดิ์สิทธิ์
ซึ่งถูกทำให้แปดเปื้อนด้วยความกลัว

4. เศษซาก

เรซาได้รวบรวมคนที่เหลือไว้ ได้แก่ ซาราห์ ไลลา (ได้รับการปล่อยตัว) และอีกสิบคน
เขาสารภาพว่า “พวกเราปิดกั้นพระเยซูไว้” พวกเขาศึกษาวิวรณ์ 2:10
โดยยึดมั่นในความซื่อสัตย์ที่มีราคาแพง
คนที่เหลือแบ่งปันพระกิตติคุณโดยเสี่ยงต่อการถูกจับกุม ลูกา 10:42 ดลใจพวกเขาว่า
“ส่วนที่ดีกว่า” ยามคนหนึ่งเปลี่ยนใจเลื่อมใสเพราะคำพยานของพวกเขา
เพื่อนบ้านพบความหวัง ความกล้าหาญของคนที่เหลือจุดไฟในห้องใต้ดิน
เปิดประตูสู่ฤทธิ์อำนาจของพระเยซู

5. คำเตือนจากสวรรค์

การพิจารณาคดีในห้องใต้ดินเตือนคริสตจักรใต้ดินว่า
ความกลัวสามารถปิดประตูของพระเยซูได้ วิวรณ์ 2:10 เรียกร้องให้ซื่อสัตย์จนตาย มัทธิว
23:15 ทำนายถึงความรกร้างว่างเปล่าสำหรับศรัทธาที่ขี้ขลาด คุณจะซ่อนตัวหรือส่องแสง
คนที่เหลือจะแสดงให้เห็นหนทาง: กล้าหาญ เสียสละ ทุ่มเท
เปิดประตูสู่พันธกิจของพระเยซู มิฉะนั้นการข่มเหงจะทำลายคุณ
เลือกความใกล้ชิดมากกว่าความปลอดภัย—ตอนนี้

เรื่องที่ 12: แอนตาร์กติกา – การตื่นขึ้นในยุคสุดท้าย – ประภาคารสุดท้าย พระ

คัมภีร์: ลูกา 10:38-41, วิวรณ์ 3:20, มัทธิว 23:15

1. ภาพลวงตา

ที่สถานีแมคมูร์โด แอนตาร์กติกา ฐานวิจัยมีนักวิทยาศาสตร์อยู่ 200 คน ดร.เอเลน่า นักชีววิทยาที่ผันตัวมาเป็นนักเทศน์ เป็นผู้นำการศึกษาพระคัมภีร์ขนาดเล็กในห้องอาหาร ส่วนใหญ่ไม่สนใจเธอ มัวแต่หมกมุ่นอยู่กับงานและความโดดเดี่ยว
กลุ่มคนเหล่านี้ร้องเพลงสรรเสริญพระเจ้า แต่กลับเฉยเมย สมาชิกมาเพื่อร่วมชุมชน ไม่ใช่เพื่อความเชื่อมั่น ความงามอันโดดเด่นของฐานนี้สะท้อนให้เห็นศรัทธาของพวกเขา เย็นชา มีประโยชน์ และห่างเหิน เช่นเดียวกับมาร์ธาในลูกา 10:40 พวกเขา "เสียสมาธิกับการรับใช้มากมาย" นั่นคือวิทยาศาสตร์มากกว่าพระผู้ช่วยให้รอด
พระเยซูเคาะ ประตู ที่เย็นยะเยือกของพวก เขา
เสียงเรียกของพระองค์หายไปในเสียงหอนของสายลม

2. เสียงเคาะ

ระหว่างเกิดพายุ เอเลน่าเทศนาในวิวรณ์ 3:20 ว่า “ดูเถิด ข้าพเจ้ายืนเคาะอยู่ที่ประตู” เธอวิงวอนว่า “พระเยซูอยู่ที่นี่ แต่พวกท่านยุ่งเกินกว่าจะได้ยิน!” เพื่อนร่วมงานเยาะเย้ย แต่คำพูดของเธอยังคงไม่หายไป คืนนั้น เอเลน่าอ่านลูกา 10:38-41 โดยสะดุดกับ “สิ่งที่จำเป็นอย่างหนึ่ง” กิจวัตรประจำวันของฐานทัพ—ข้อมูล การเอาตัวรอด—
สะท้อนถึงความฟุ้งซ่านของมาร์ธา พระเยซูเสนอให้ปลุกให้ตื่น
แต่ความเฉยเมยปิดกั้นประตู เอเลน่ารู้สึกถึงการเคาะของพระองค์
เร่งเร้าให้เกิดการฟื้นคืนชีพ

3. วิกฤตการณ์

พายุหิมะพัดถล่มฐานทัพ ทำให้พลังงานลดลง
ความตื่นตระหนกเผยให้เห็นความว่างเปล่าทางจิตวิญญาณ

นักวิทยาศาสตร์ทะเลาะเบาะแว้งและสิ้นหวัง คำเตือนของเอเลน่า—
ความรกร้างว่างเปล่าในมัทธิว 23:15—กระทบกระเทือนจิตใจอย่างรุนแรง
เธอได้รวบรวมกลุ่มอธิษฐานไว้ในห้องเก็บของ โดยมี มาเตโอซึ่งเป็นพ่อครัวเป็นผู้นำ
การนมัสการอย่างแรงกล้าของพวกเขาเผยให้เห็นความตื้นเขินของการศึกษา
เอเลน่ามองเห็นความจริง: ศรัทธาของฐานทัพเป็นเพียงแสงริบหรี่ ไม่ใช่เปลวไฟ
ที่ถูกดับลงด้วยความเฉยเมย

4. เศษซาก

เอเลน่าเรียกประชุมในห้องโถงมืด "พวกเราเพิกเฉยต่อพระเยซู" เธอสารภาพกับผู้เข้าร่วม
50 คน พวกเขาศึกษาวิวรณ์ 3:20 และเปิดใจของพวกเขา ส่วนที่เหลือ—
มาเตโอและคนอื่นๆ—ได้อธิษฐาน สำนึกผิด และแบ่งปันสิ่งของต่างๆ ลูกา 10:42
ชี้แนะพวกเขาว่า "ส่วนที่ดีกว่า" นักวิจัยที่คิดฆ่าตัวตายพบความหวัง
ผู้คลางแคลงใจเข้าร่วมการนมัสการ ส่วนที่เหลือกลายเป็นประภาคาร
เปิดประตูสู่แสงสว่างของพระเยซู

5. คำเตือนจากสวรรค์

การตื่นรู้ของแอนตาร์กติกาเตือนคริสตจักรในยุคสุดท้าย:
ความเฉยเมยทำให้พระเยซูถูกกีดกันออกไป วิวรณ์ 3:20 เชิญชวนทุกคนให้เปิดประตู
มัทธิว 23:15 ส่งสัญญาณถึงความรกร้างว่างเปล่าสำหรับความเฉยเมย
คุณจะให้ความสำคัญกับงานมากกว่าความไว้วางใจหรือไม่ คนที่เหลือจะชี้ทาง: สำนึกผิด
กระตือรือร้น ยอมจำนน เปิดประตูให้พระเยซู มิฉะนั้น ความมืดจะครอบงำ
เลือกความสนิทสนมตั้งแต่ตอนนี้ จุดจบใกล้เข้ามาแล้ว

เรื่องที่ 1 3: เอเชีย – การชำระล้างของการข่มเหง – เปลวไฟในเงามืด

พระคัมภีร์: ลูกา 10:38-41, วิวรณ์ 2:10, มัทธิว 23:15

1. ภาพลวงตา

ในหมู่บ้านที่เต็มไปด้วยฝุ่นละอองในรัฐอุตตรประเทศ ประเทศอินเดีย กลุ่มคริสเตียนที่แอบซ่อนตัวอยู่ได้พบกันในโรงนาที่สร้างด้วยอิฐโคลน ศิษยาภิบาลวิเจย์ อดีตบาทหลวงฮินดู ได้นำผู้เชื่อ 50 คนภายใต้แสงจากตะเกียง โดยปิดเสียงเพลงเพื่อหลีกเลี่ยงกลุ่มคนที่ก่อความวุ่นวาย พวกเขาแบ่งปันผลผลิตอันน้อยนิด อธิษฐานเพื่อความปลอดภัย และสอนพระคัมภีร์ให้เด็กๆ ในความลับ คนนอกมองว่าศรัทธาของพวกเขาไม่อาจทำลายได้ และได้รับการชำระล้างด้วยการข่มเหง แต่รอยร้าวก็ปรากฏขึ้น บางคนกักตุนอาหารไว้เพราะกลัวการจู่โจม ในขณะที่บางคนรังเกียจผู้เปลี่ยนใจเลื่อมใสใหม่ โดยสงสัยว่าเป็นสายลับ เช่นเดียวกับมาร์ธาในลูกา 10:40 พวกเขา "ฟุ้งซ่านเพราะการรับใช้มากเกินไป" สัญชาตญาณเอาตัวรอดของพวกเขากลบความศรัทธาที่หมดสิ้นไป พระเยซูเคาะประตูโรงนาที่บอบบาง แต่ความกลัวและการเอาตัวรอดทำให้การทรงเรียกของพระองค์เงียบลง

2. เสียงเคาะ

ระหว่างการประชุมตอนเที่ยงคืน หญิงม่ายสาวชื่อปริยาพูดอย่างกล้าหาญ “วิวรณ์ 2:10 บอกว่า ‘จงซื่อสัตย์จนตาย และเราจะมอบมงกุฎแห่งชีวิตให้แก่เจ้า’” เธอประกาศ “พระเยซูกำลังเคาะประตู แต่เรากำลังปิดประตูด้วยความเกรงกลัว!” วิเจย์สะดุ้ง สามีของเธอถูกฆ่าตายเพราะเทศนา กลุ่มคนเงียบและรู้สึกผิด ในคืนนั้น วิเจย์อ่านลูกา 10:38-41 ซึ่งรู้สึกเจ็บปวดจากคำพูดของพระเยซูที่ว่า “สิ่งที่จำเป็นมีอยู่เพียงอย่างเดียว” การระมัดระวังของพวกเขา—การสะสมของ ความโดดเดี่ยว— สะท้อนให้เห็นถึงความฟุ้งซ่านของมาร์ธา พระเยซูทรงถวายมงกุฎผ่านการเสียสละ

แต่พวกเขาก็ยังคงยึดมั่นไว้เพื่อความปลอดภัย วิเจย์รู้สึกถึงการเคาะประตูของพระองค์ ซึ่งกระตุ้นให้เกิดศรัทธาที่ไม่กลัว

3. วิกฤตการณ์

ฝูงชนบุกโจมตีโรงนาหลายวันต่อมา โดยเผาทำลายโรงนาหลังจากผู้เปลี่ยนศาสนาทรยศ วิเจย์หนีรอดไปได้ แต่ปริยาถูกทุบตี ผู้เชื่อบางคนซ่อนเสบียง บางคนหนีออกจากหมู่บ้าน คำพูดของปริยา—มัทธิว 23:15 ที่ว่า "ความพินาศอันน่าสะอิดสะเอียน"— ยังคงก้องอยู่ในใจ วิเจย์ตามหาผู้หลงเหลือในป่าที่โล่ง โดยมีผู้อาวุโสชื่ออรชุนเป็นผู้นำ คำอธิษฐานอันแรงกล้าของพวกเขาเผยให้เห็นความเห็นแก่ตัวของกลุ่มคนเหล่านี้ วิเจย์มองเห็นความจริง การข่มเหงเผยให้เห็นศรัทธาที่ว่างเปล่า ซึ่งถูกทำให้แปดเปื้อนด้วยความไม่ไว้วางใจ เถ้าถ่านของโรงนาสะท้อนให้เห็นสภาพทางจิตวิญญาณของพวกเขา ซึ่งไม่ซื่อสัตย์ภายใต้การทดลอง

4. เศษซาก

วิเจย์รวบรวมผู้ที่เหลือ—อาร์จุน ปริยา (หายจากโรค) และอีกสิบสองคน—ไว้ในถ้ำ เขาสารภาพว่า "พวกเราปิดกั้นพระเยซูไว้" พวกเขาศึกษาวิวรณ์ 2:10 โดยยึดมั่นในความซื่อสัตย์ที่มีราคาแพง ผู้ที่เหลือแบ่งปันเมล็ดพืชสุดท้ายกับชาวบ้าน ซึ่งเสี่ยงต่อการถูกเปิดเผย ลูกา 10:42 สร้างแรงบันดาลใจให้พวกเขา: "ส่วนที่ดีกว่า" เพื่อนบ้านชาวฮินดูคนหนึ่งเปลี่ยนใจจากความเมตตาของพวกเขา ครอบครัวของเด็กคนหนึ่งเข้าร่วมการนมัสการ ความกล้าหาญของผู้ที่เหลือจุดประกายเงามืด เปิดประตูสู่ความเข้มแข็งของพระเยซู

5. คำเตือนจากสวรรค์

การทำลายโรงนาเป็นการเตือนคริสตจักรที่ถูกข่มเหง: ความกลัวทรยศต่อศรัทธา วิวรณ์ 2:10 เรียกร้องให้ซื่อสัตย์จนตาย มัทธิว 23:15

ส่งสัญญาณถึงความรกร้างว่างเปล่าเพื่อการเอาตัวรอดที่เห็นแก่ตัว คุณจะเก็บสะสมหรือให้
ซ่อนหรือส่องแสง คนที่เหลือจะชี้ทาง: เสียสละ กล้าหาญ ทุ่มเท
เปิดประตูสู่พันธกิจของพระเยซู มิฉะนั้นการข่มเหงจะทำลายคุณ
เลือกความใกล้ชิดมากกว่าความกลัว—ตอนนี้

เรื่องที่ 14: แอฟริกา – การฟื้นฟูการทุจริต – แท่นบูชาแห่งความทะเยอทะยาน

พระคัมภีร์: ลูกา 10:38-41, วิวรณ์ 2:4-5, มัทธิว 23:15

1. ภาพลวงตา

ในเมืองไนโรบี ประเทศเคนยา คริสตจักร Glory Arise
ได้นำการนมัสการด้วยไฟฟ้ามาสู่สนามกีฬาที่มีที่นั่ง 15,000 ที่นั่ง ศิษยาภิบาลนาโอมิ
นักเทศน์ทางโทรทัศน์ที่มีผู้ติดตามทั่วโลก เทศนาเรื่องปาฏิหาริย์และความเจริญรุ่งเรือง
โดยใบหน้าของเธอปรากฏบนป้ายโฆษณาทั่วเมือง
ช่องโทรทัศน์ของคริสตจักรออกอากาศการรักษาโรค และโรงเรียนต่างๆ
ของคริสตจักรก็เต็มไปด้วยการบริจาค ฝูงชนโห่ร้องและหว่าน "เมล็ดพันธุ์" เพื่อพร
แฮชแท็ก #GloryArise ของนาโอมิได้รับความนิยมทั่วทั้งแอฟริกา
แต่ภายใต้แสงระยิบระยับนั้น การอธิษฐานมีน้อย
และการบริจาคก็ช่วยสนับสนุนคฤหาสน์ของเธอ เช่นเดียวกับมาร์ธาในลูกา 10:40
คริสตจักรก็ "วิตกกังวลและกังวลใจเกี่ยวกับหลายสิ่งหลายอย่าง"
โดยไล่ตามชื่อเสียงมากกว่าศรัทธา พระเยซูเคาะประตูเหล็กของสนามกีฬา
แต่เสียงแห่งความทะเยอทะยานกลบเสียงของพระองค์

2. เสียงเคาะ

ในการประชุมรณรงค์เพื่อการรักษา มีมัคนายกชรานามโจเซฟยืนขึ้น "วิวรณ์ 2:4 บอกว่า
'เจ้าละทิ้งความรักที่เจ้าเคยมีในตอนแรก'" เขากล่าวเตือน "พระเยซูกำลังเคาะประตู
แต่เจ้าได้เปลี่ยนแท่นบูชาของพระองค์ให้กลายเป็นเวที!" นาโอมีส่งสัญญาณความปลอดภัย
แต่คำพูดของโจเซฟก็สะกิดใจเธอ ในคืนนั้น เธออ่านลูกา 10:38-41 โดยรู้สึกผิดที่
"มีสิ่งเดียวที่จำเป็น" ช่วงแรกๆ ของ Glory Arise— การอธิษฐานอย่างนอบน้อม
การรับประทานอาหารร่วมกัน—เลือนหายไปจากความตื่นตาตื่นใจ

พระเยซูทรงเสนอความสนิทสนม แต่ความทะเยอทะยานขวางทางไว้ นาโอมีรู้สึกถึงการเคาะประตูของพระองค์ ซึ่งเรียกร้องให้เธอกลับใจ

3. วิกฤตการณ์

การเปิดโปงเผยให้เห็นการฉ้อโกง: นักแสดงที่ "หายป่วย" ได้รับเงิน และกองทุนเด็กกำพร้าถูกยักย้ายออกไป #GloryAriseFraud กลายเป็นไวรัล เวทีว่างเปล่า ทีมงานของนาโอมีผลักดันแคมเปญสื่อ แต่คำเตือนของโจเซฟ—ความรกร้างว่างเปล่าในมัทธิว 23:15—ปรากฏขึ้น เธอไปเยี่ยมกลุ่มสลัมที่นำโดยแมรี่ ผู้ทำความสะอาด การนมัสการแบบดิบๆ ของพวกเขาเปิดเผย การทุจริต ของ Glory Arise นาโอมีมองเห็นความจริง: ความทะเยอทะยานได้สร้างแท่นบูชาที่ว่างเปล่า ซึ่งเชื้อเชิญการพิพากษาของพระเจ้า

4. เศษซาก

นาโอมีจัดพิธีแสดงความสำนึกผิดในทุ่งนา เธอร้องไห้ให้ผู้คน 2,000 คนที่มาร่วมพิธีนี้ฟังว่า “พวกเราสูญเสียพระเยซูไปแล้ว” เธอขายทรัพย์สินเพื่อนำเงินไปช่วยเหลือคนยากจน ส่วนที่เหลือ ได้แก่ มารีย์ โยเซฟ และคนอื่นๆ ศึกษาพระธรรมวิวรณ์ 2:5 และกลับคืนสู่ความรักในครั้งแรก ลูกา 10:42 ชี้แนะพวกเขาว่า “ส่วนที่ดีกว่า” พวกเขาเลี้ยงเด็กเร่ร่อนและฟื้นฟูความไว้วางใจ หญิงม่ายพบความหวัง เยาวชนนำการฟื้นฟู ส่วนที่เหลือสร้างศรัทธาขึ้นใหม่ เปิดประตูต้อนรับการประทับของพระเยซู

5. คำเตือนจากสวรรค์

Glory Arise เตือนคริสตจักรที่ฟื้นฟู: ความทะเยอทะยานทำให้การนมัสการเสื่อมทราม วิวรณ์ 2:5 เร่งเร้าให้

"กลับใจเสียใหม่และทำสิ่งที่ท่านเคยทำในตอนแรก" มัทธิว 23:15
ทำนายว่าแท่นบูชาที่โลภจะรกร้างว่างเปล่า คุณจะไล่ตามชื่อเสียงหรือศรัทธา
คนที่เหลือจะชี้ทาง: ถ่อมตัว บริสุทธิ์ ยอมจำนน เปิดประตูให้พระเยซู
มิฉะนั้นตะเกียงของคุณจะล้ม เลือกความสนิทสนมมากกว่าความทะเยอทะยาน—ตอนนี้

เรื่องที่ 15: การข่มเหงทั่วโลก – คริสตจักรใต้ดิน – เสียงกระซิบในซากปรักหักพัง

พระคัมภีร์: ลูกา 10:38-41, วิวรณ์ 3:8, มัทธิว 23:15

1. ภาพลวงตา

ในเมืองอาเลปโป ประเทศซีเรีย
มีคริสตจักรลับแห่งหนึ่งประชุมกันในห้องใต้ดินที่ถูกระเบิดทำลาย ศิษยาภิบาลเอเลียส
อดีตครู ได้นำผู้เชื่อ 40 คนไปท่ามกลางซากปรักหักพังของสงคราม
พวกเขาแบ่งปันขนมปังลักลอบนำเข้า ท่องจำบทสดุดี และอธิษฐานขอสันติภาพ
การข่มเหงทำให้พวกเขาผูกพันกัน คนนอกมองว่าศรัทธาของพวกเขาเป็นเหมือนประภาคาร
แต่บางคนให้ความสำคัญกับการซ่อนตัวมากกว่าการช่วยเหลือ คนอื่นๆ
สงสัยสมาชิกใหม่เพราะกลัวผู้ให้ข้อมูล เช่นเดียวกับมาร์ธาในลูกา 10:40 พวกเขา
"วอกแวกเพราะการรับใช้มาก" ความอยู่รอดเหนือกว่าการเสียสละ
พระเยซูเคาะประตูห้องใต้ดินที่ร้าว แต่ความระมัดระวังทำให้เสียงของพระองค์เงียบลง

2. เสียงเคาะ

ระหว่างพิธีที่เงียบๆ วัยรุ่นคนหนึ่งชื่อนูร์พูดขึ้น "วิวรณ์ 3:8 กล่าวว่า
'ข้าพเจ้าได้เปิดประตูไว้ให้ท่านแล้ว'" เธอเร่งเร้า "พระเยซูกำลังเคาะประตูอยู่
แต่เราไม่กล้าตอบ!" เอเลียสตึงเครียด แม่ของนูร์ถูกฆ่าตายในการบุกโจมตี

คำพูดของเธอทำให้เจ็บใจ คืนนั้น เอเลียสอ่านลูกา 10:38-41 โดยถูกตัดสินว่า
"สิ่งที่จำเป็นมีอยู่เพียงอย่างเดียว"
ความกลัวของคริสตจักรทำให้พระเยซูไม่สามารถทรงเรียกให้รักอย่างกล้าหาญได้
พระองค์รู้สึกถึงการเคาะประตูของพระองค์ กระตุ้นให้เกิดความกล้าหาญ

3. วิกฤตการณ์

การโจมตีทางอากาศได้เปิดเผยให้เห็นห้องใต้ดิน กลุ่มก่อการร้ายจับกุมนูร์
ผู้ศรัทธาบางคนทรยศต่อผู้อื่นเพื่อหลบหนี เอลียาห์รอดพ้นจากความขลาดกลัวของเขา
คำเตือนของนูร์—ความรกร้างว่างเปล่าในมัทธิว 23:15—เป็นความจริง
เขาไปสมทบกับกลุ่มที่เหลือในท่อระบายน้ำ ซึ่งนำโดยฟาติมา พยาบาล
คำอธิษฐานโดยไม่เห็นแก่ตัวของพวกเขาเผยให้เห็นความขี้ขลาดของคริสตจักร
เอลียาห์เห็นความจริง:
ความกลัวทำให้ศรัทธาของพวกเขาพังทลายและแปดเปื้อนด้วยการเอาตัวรอด

4. เศษซาก

เอลียาห์รวบรวมผู้ที่เหลือไว้ ได้แก่ ฟาติมา นูร์ (ได้รับอิสรภาพ) และอีกแปดคน
"เราได้ขังพระเยซูไว้ข้างนอก" เขาสารภาพ พวกเขาศึกษาวิวรณ์ 3:8
และยอมรับประตูที่เปิดอยู่ ผู้ที่เหลือช่วยเหลือผู้ลี้ภัยโดยเสี่ยงต่อการถูกจับ ลูกา 10:42
ดลใจพวกเขา: "ส่วนที่ดีกว่า" ทหารคนหนึ่งเปลี่ยนใจเลื่อมใส
ครอบครัวหนึ่งพบความหวัง ความกล้าหาญของผู้ที่เหลือจุดประกายซากปรักหักพัง
เปิดประตูสู่พลังของพระเยซู

5. คำเตือนจากสวรรค์

การพิจารณาคดีที่เมืองอาเลปโปเตือนคริสตจักรใต้ดินว่า ความกลัวทำให้พระเยซูไม่อยู่
วิวรณ์ 3:8 เสนอประตูที่เปิดอยู่ แต่ความขี้ขลาดกลับปิดกั้นไว้ มัทธิว 23:15
ทำนายถึงความรกร้างว่างเปล่าสำหรับศรัทธาที่ขี้ขลาด คุณจะซ่อนตัวหรือรักษาตัว?
คนที่เหลือจะแสดงให้เห็นหนทาง: กล้าหาญ เสียสละ และอุทิศตน
เปิดประตูสู่พันธกิจของพระเยซู มิฉะนั้นสงครามจะทำลายคุณ
เลือกความใกล้ชิดมากกว่าการเอาตัวรอด—ตอนนี้

เรื่องที่ 1 6: อเมริกาเหนือ –
ความตาบอดจากการเติบโตอย่างรวดเร็ว – อาณาจักรแห่ง

พระคัมภีร์ที่ว่างเปล่า: ลูกา 10:38-41, วิวรณ์ 3:1-3, มัทธิว 23:15

1. ภาพลวงตา

ในโตรอนโต ประเทศแคนาดา โบสถ์ Victory Point แผ่ขยายไปทั่วบริเวณมหาวิทยาลัยอันทันสมัย มีสมาชิก 12,000 คน ประกอบพิธีกรรมต่าง ๆ มากมาย ศิษยาภิบาลอีธาน วัย 38 ปี ผู้มีผลงานพอดแคสต์ติดอันดับ ชาร์ต ได้เทศนาเรื่องการช่วยเหลือตนเองโดยปกปิดไว้ด้วยพระคัมภีร์ แอพของโบสถ์ทำให้การถวายส่วนสิบกลายเป็นเกม และการนมัสการแบบคอนเสิร์ตดึงดูดผู้มีอิทธิพล ศูนย์ชุมชนและการถ่ายทอดสดทั่วโลกทำให้ Victory Point กลายเป็นขบวนการ คำขวัญของอีธานที่ว่า "Live Your Victory" ทำให้เกิดเสียงเชียร์และคลิปไวรัล แต่โบสถ์กลับไล่ตามตัวชี้วัด เช่น ยอดไลค์ ที่นั่ง และเงิน เพื่อเปลี่ยนแปลง เช่นเดียวกับมาร์ธาในลูกา 10:40 พวกเขา "เสียสมาธิกับการรับใช้มาก" สร้างอาณาจักรในขณะที่พระเยซูเคาะประตูบ้านของพวกเขาที่สว่างด้วยไฟ LED เสียงเรียกของพระองค์หายไปในกระแส

2. เสียงเคาะ

ในระหว่างพิธีที่เต็มไปด้วยผู้คน นางพยาบาลที่เกษียณอายุแล้วชื่อรูธก็ยืนขึ้น “วิวรณ์ 3:1 บอกว่า ‘เจ้ามีชื่อเสียงว่ายังมีชีวิตอยู่ แต่เจ้าตายไปแล้ว’” เธอเตือน “พระเยซูกำลังเคาะประตู แต่เจ้ามัวแต่ยุ่งอยู่กับการประณามพระองค์!” เอธานยิ้มและพาเธอออกจากเวที แต่คำพูดของเธอกลับกัดกินจิตใจของเขา คืนนั้น เขาอ่านลูกา 10:38-41 โดยรู้สึกผิดที่ “มีสิ่งเดียวที่จำเป็น” ความคลั่งไคล้ของวิกตอรีพอยต์—เหตุการณ์ สถิติ ชื่อเสียง— สะท้อนถึงความฟุ้งซ่านของมาร์ธา พระเยซูทรงแสวงหาความใกล้ชิด

แต่คริสตจักรขายแรงบันดาลใจ คำเตือนของรูธยังคงวนเวียนอยู่
เอธานรู้สึกถึงการเคาะประตูของพระผู้ช่วยให้รอดท่ามกลางความเงียบ

3. วิกฤตการณ์

การรั่วไหลเผยให้เห็นการบริหารจัดการที่ผิดพลาด:
เงินทุนสำหรับการติดต่อประสานงานทำให้เงินเดือนผู้บริหารสูงขึ้น
#VictoryPointScam กลายเป็นกระแส ผู้เข้าร่วมลดลง
คณะกรรมการบริหารของอีธานพยายามแก้ไขประชาสัมพันธ์ แต่คำพูดของรูธ—
"ความพินาศอันน่าสะอิดสะเอียน" ในมัทธิว 23:15—ยังคงสะท้อนให้เห็น
เขาไปเยี่ยมกลุ่มสวดมนต์ในห้องใต้ดินที่นำโดยคาเลบ ภารโรง การนมัสการแบบดิบๆ
ของพวกเขาเผยให้เห็นความว่างเปล่าของวิกตอรีพอยต์ อีธานมองเห็นความจริง:
การเติบโตอย่างรวดเร็วทำให้คริสตจักรที่ตายไปแล้วถือกำเนิดขึ้น
ชื่อเสียงของคริสตจักรเป็นเรื่องโกหก (วิวรณ์ 3:1) เชื้อเชิญการพิพากษาของพระเจ้า

4. เศษซาก

อีธานเรียกประชุมเพื่อแสดงความสำนึกผิดในที่จอดรถ "พวกเราสูญเสียพระเยซูไปแล้ว"
เขาสารภาพต่อผู้คน 1,500 คนที่มาร่วมงาน เขาลดโครงการต่างๆ
และนำเงินไปช่วยเหลือผู้ยากไร้ กลุ่มคนที่เหลือ—คาเลบ รูธ และคนอื่นๆ—ศึกษาวิวรณ์
3:2: "จงเสริมสร้างส่วนที่เหลือ" ลูกา 10:42 ชี้แนะพวกเขาว่า "ส่วนที่ดีกว่า"
พวกเขาให้บริการที่พักพิงคนไร้บ้าน สร้างความไว้วางใจขึ้นมาใหม่
วัยรุ่นคนหนึ่งพบจุดมุ่งหมาย ผู้คลางแคลงใจเข้าร่วมการอธิษฐาน
กลุ่มคนที่เหลือเลือกที่จะมีความสัมพันธ์ใกล้ชิด เปิดประตูสู่การประทับอยู่ของพระเยซู

5. คำเตือนจากสวรรค์

การล่มสลายของ Victory Point เตือนคริสตจักรที่เติบโตอย่างรวดเร็ว:
ชื่อเสียงหลอกลวง วิวรณ์ 3:1 เปิดเผยชื่อเสียงที่ตายไปแล้ว มัทธิว 23:15

ทำนายว่าอาณาจักรที่ว่างเปล่าจะรกร้างว่างเปล่า คุณจะไล่ตามตัวชี้วัดหรือพระคริสต์หรือไม่ คนที่เหลือแสดงหนทาง: ถ่อมตัว อุทิศตน ยอมจำนน เปิดประตูให้พระเยซู มิฉะนั้นเชิงเทียนของคุณจะล้ม เลือกความสนิทสนมมากกว่าภาพลวงตา—ตอนนี้

เรื่องที่ 17: อเมริกาใต้ – ทางลัดในการเป็นสาวก – เมล็ดพืชที่เหี่ยวเฉา

*พระคัมภีร์: ลูกา **10:38-41**, วิวรณ์ **3:15-16**, มัทธิว **23:15***

1. ภาพลวงตา

ในกรุงบัวโนสไอเรส ประเทศอาร์เจนตินา โบสถ์ลูซ เอเทอร์นาเต็มไปด้วยสมาชิกกว่า 8,000 คน ศิษยาภิบาลโซเฟีย วัย 42 ปี ผู้มีชีวิตชีวา เทศนาด้วยข้อความดีๆ โดยให้บัพติศมาแก่ผู้คนหลายร้อยคนทุกเดือนโดยแทบไม่มีการสอนใดๆ การปฏิบัติธรรมแบบหรูหราและแคมเปญบนโซเชียลมีเดียดึงดูดเยาวชน และโพสต์ #LuzEterna ของพวกเขาก็ได้รับความนิยม การเติบโตอย่างรวดเร็วของโบสถ์ทำให้โบสถ์เต็มไปหมด โดยสัญญาว่า “ศรัทธาใน 5 ขั้นตอน” แต่ผู้เปลี่ยนใจเลื่อมใสกลับหลงทาง ไม่มีรากฐาน ผู้นำละเลยความรับผิดชอบเพื่อความนิยม เช่นเดียวกับมาร์ธาในลูกา 10:40 โบสถ์ลูซ เอเทอร์นา “วิตกกังวลและกังวลใจเกี่ยวกับหลายสิ่งหลายอย่าง” หว่านเมล็ดพันธุ์ตื้นๆ ในขณะที่พระเยซูเคาะประตูสมัยใหม่ เสียงเรียกของพระองค์กลบด้วยเสียงปรบมือ

2. เสียงเคาะ

ในงานบัพติศมา มิชชันนารีชื่อดิเอโกยืนขึ้น “วิวรณ์ 3:15 บอกว่า ‘เจ้าไม่กระตือรือร้น’” เขากล่าวเตือน “พระเยซูกำลังเคาะประตู แต่ทางลัดของคุณปิดกั้นพระองค์!” โซเฟียปัดคำพูดของเขาออกไป แต่คำพูดของเขายังคงค้างอยู่ คืนนั้น เธออ่านลูกา 10:38-

41 โดยสะดุดกับ "สิ่งที่จำเป็นอย่างหนึ่ง" การกลับใจอย่างรวดเร็วของลูซ เอเทอร์นาทำให้ไม่ต้องเป็นสาวกที่มีค่าใช้จ่ายสูง พระเยซูเสนอความลึกซึ้ง แต่คริสตจักรเลือกความง่ายดาย คำเตือนของดิเอโกยังคงก้องอยู่ โซเฟียสัมผัสได้ถึงการเคาะประตูของพระผู้ช่วยให้รอด

3. วิกฤตการณ์

เกิดเรื่องอื้อฉาว: เรื่องของผู้นำที่ถูกละเลยเนื่องจากความหละหลวมในการดูแล ทำให้เกิดความโกรธแค้น สมาชิกออกไปแล้ว #LuzEternaLies กลายเป็นกระแสนิยม ทีมงานของโซเฟียวางแผนเปลี่ยนแปลงการตลาด แต่คำพูดของดิเอโก—ความรกร้างว่างเปล่าในมัทธิว 23:15—ยังคงหลอกหลอนเธอ เธอเข้าร่วมการศึกษาพระคัมภีร์ขนาดเล็กที่นำโดยครูชื่อคลารา การสนทนาเชิงลึกของพวกเขาเผยให้เห็นความตื้นเขินของลูซ เอเทอร์นา โซเฟียมองเห็นความจริง: ทางลัดได้หว่านพืชผลที่ไม่กระตือรือร้น ซึ่งพร้อมที่จะถูกคายทิ้ง (วิวรณ์ 3:16)

4. เศษซาก

โซเฟียสารภาพบาปอย่างเปิดเผยในลานกว้าง "พวกเราทำให้พระเยซูผิดหวัง" เธอบอกกับผู้คน 2,000 คนที่ยังอยู่ เธอเริ่มโครงการให้คำปรึกษาแทนพิธีบัพติศมาแบบตื้นเขิน ผู้ที่หลงเหลืออยู่ ได้แก่ คลารา ดิเอโก และคนอื่นๆ ยอมรับ "ส่วนที่ดีกว่า" ในลูกา 10:42 พวกเขาเป็นสาวกของเยาวชน ฟื้นฟูศรัทธา พ่อที่ดิ้นรนพบความเข้มแข็ง วัยรุ่นนำเพื่อนมาสู่พระคริสต์ ผู้ที่หลงเหลืออยู่หยั่งรากลึก เปิดประตูสู่ความจริงของพระเยซู

5. คำเตือนจากสวรรค์

การล้มลงของลูซ เอเทอร์นาเตือนคริสตจักรว่าอย่าทำสิ่งใดๆ เลย
ศรัทธาที่ไม่จริงจังอาจนำไปสู่การปฏิเสธ (วิวรณ์ 3:16) มัทธิว 23:15
ทำนายไว้ว่าเมล็ดพันธุ์ที่ตื้นเขินจะต้องรกร้าง คุณจะเร่งให้เติบโตหรือจะดูแลมันให้ดี
คนที่เหลือจะแสดงให้เห็นหนทาง: อดทน หยั่งรากลึก ทุ่มเท
เปิดประตูสู่ความลึกซึ้งของพระเยซู มิฉะนั้นผลผลิตของคุณจะเหี่ยวเฉา
เลือกความสนิทสนมมากกว่าความสบาย—ตอนนี้

เรื่องที่ 18: การข่มเหงทั่วโลก – คริสตจักรใต้ดิน – ประกายไฟในความเงียบ

พระคัมภีร์: ลูกา 10:38-41, วิวรณ์ 2:10, มัทธิว 23:15

1. ภาพลวงตา

ในเมืองลาฮอร์ ประเทศปากีสถาน
มีคริสตจักรลับแห่งหนึ่งประชุมกันในห้องใต้หลังคาที่คับแคบ ศิษยาภิบาลฟารูก
อดีตช่างตัดเสื้อ ได้นำผู้เชื่อ 30 คน
โดยอธิษฐานกระซิบเพื่อหลบเลี่ยงภัยคุกคามจากพวกหัวรุนแรง
พวกเขานำพระคัมภีร์ที่ลักลอบขนมา พันแผลให้กันและกัน และซ่อนผู้เปลี่ยนใจเลื่อมใส
การข่มเหงหล่อหลอมความสามัคคี คนนอกมองว่าพวกเขาเปล่งประกาย
แต่บางคนปฏิเสธที่จะช่วยเหลือเพราะกลัวว่าจะถูกทรยศ ส่วนคนอื่น ๆ
ยังคงโกรธแค้นและเก็บกดบาดแผลเก่าไว้ เช่นเดียวกับมาร์ธาในลูกา 10:40 พวกเขา
"ฟุ้งซ่านเพราะการรับใช้มาก" ความอยู่รอดบดบังการเสียสละ
พระเยซูเคาะประตูกับดักของห้องใต้หลังคา แต่ความกลัวทำให้เสียงของพระองค์กลบเสียง

2. เสียงเคาะ

ระหว่างการประชุมที่เงียบงัน
เด็กสาวที่เปลี่ยนมานับถือศาสนาคริสต์คนหนึ่งชื่ออาอิชาได้พูดขึ้น เธอเร่งเร้าว่า “วิวรณ์ 2:10 บอกว่า ‘จงซื่อสัตย์จนตาย’ พระเยซูกำลังเคาะประตู
แต่เรากำลังทำให้พระองค์เงียบด้วยความเกรงกลัว!” ฟารูคผงะถอย
พี่ชายของอาอิชาถูกแขวนคอ ความกล้าหาญของเธอทำให้ฟารูครู้สึกเจ็บปวด คืนนั้น
ฟารูคอ่านลูกา 10:38-41 โดยถูกตัดสินว่า “สิ่งที่จำเป็นมีอยู่เพียงอย่างเดียว”
ความระมัดระวังของคริสตจักรทำให้พระเยซูไม่สามารถทรงเรียกให้รักอย่างกล้าหาญได้
พระองค์รู้สึกถึงการเคาะประตูของพระองค์ กระตุ้นให้เกิดศรัทธาที่กล้าหาญ

3. วิกฤตการณ์

การโจมตีเกิดขึ้นโดยมีคนทรยศแจ้งเบาะแสให้ทราบ อาอิชาถูกจับกุม ผู้ศรัทธาบางส่วนหลบหนี บางส่วนกักตุนเสบียง ฟารูกรอดพ้นจากความขลาดกลัวของเขา
คำเตือนของอาอิชา—ความรกร้างว่างเปล่าในมัทธิว 23:15—เป็นความจริง
เขาไปสมทบกับกลุ่มที่เหลือในท่อระบายน้ำ ซึ่งนำโดยอิมราน ช่างทำรองเท้า
การนมัสการโดยไม่เห็นแก่ตัวของพวกเขาเผยให้เห็นความเคียดแค้นของคริสตจักร
ฟารูกมองเห็นความจริง ความกลัวทำให้ความศรัทธาของพวกเขามัวหมองลง
ทำให้ศรัทธาของพวกเขาแปดเปื้อนภายใต้การทดลอง

4. เศษซาก

ฟารูครวบรวมคนที่เหลือ ได้แก่ อิมราน อาอิชา (ได้รับการปล่อยตัว) และอีกสิบคน
“เราได้ปิดกั้นพระเยซูออกไป” เขาสารภาพ พวกเขาศึกษาวิวรณ์ 2:10

โดยยอมรับความซื่อสัตย์ที่มีราคาแพง คนที่เหลือช่วยเหลือครอบครัวที่ถูกข่มเหง
เสี่ยงต่อความตาย ลูกา 10:42 ดลใจพวกเขา: “ส่วนที่ดีกว่า”
เพื่อนบ้านเปลี่ยนใจเลื่อมใส เด็กคนหนึ่งพบความหวัง
ความกล้าหาญของคนที่เหลือจุดประกายความเงียบ เปิดประตูสู่พลังของพระเยซู

5. คำเตือนจากสวรรค์

การพิจารณาคดีที่ลาฮอร์เตือนคริสตจักรใต้ดิน: ความกลัวทำให้ศรัทธามอดไหม้ วิวรณ์ 2:10 เรียกร้องให้ซื่อสัตย์จนตาย มัทธิว 23:15
ส่งสัญญาณถึงความรกร้างว่างเปล่าสำหรับประกายไฟที่ขี้ขลาด คุณจะซ่อนตัวหรือส่องแสง
คนที่เหลือจะชี้ทาง: กล้าหาญ อภัยให้ อุทิศตน เปิดประตูสู่พันธกิจของพระเยซู
มิฉะนั้นการข่มเหงจะทำให้คุณมัวหมอง เลือกความใกล้ชิดมากกว่าการเอาตัวรอด—ตอนนี้

เรื่องที่ 1 9: อเมริกาเหนือ –
ความตาบอดแห่งการเติบโตอย่างรวดเร็ว – หอคอยแห่งชัยชนะ

พระคัมภีร์: ลูกา 10:38-41, วิวรณ์ 3:1-3, มัทธิว 23:15

1. ภาพลวงตา

ในเมืองแอตแลนตา รัฐจอร์เจีย โบสถ์ Triumph City เต็มไปด้วยอัฒจันทร์ที่นั่งได้ 15,000 ที่นั่ง ศิษยาภิบาลมาร์คัส วัย 45 ปี ผู้ดำเนินรายการเรียลลิตี้ทีวี เทศนาสั่งสอนเรื่องการเสริมพลังด้วยสไตล์ภาพยนตร์ แอพของโบสถ์ติดตาม "เป้าหมายทางจิตวิญญาณ" และคอนเสิร์ตนมัสการก็เต็มไปด้วยผู้คนในสนามกีฬา โปรแกรมเผยแพร่ศาสนาและงานเผยแผ่ศาสนาทั่วโลกช่วยขับเคลื่อนแบรนด์ #TriumphCity สโลแกนของมาร์คัสที่ว่า "Rise to Greatness" เป็นแรงบันดาลใจให้เกิดการโพสต์แบบไวรัล แต่โบสถ์กลับไล่ตามตัวชี้วัด เช่น จำนวนผู้เข้าร่วม การบริจาค และจำนวนผู้เข้าชม มากกว่าความศักดิ์สิทธิ์ เช่นเดียวกับมาร์ธาในลูกา 10:40 โบสถ์ Triumph City "เสียสมาธิกับการรับใช้มากมาย" สร้างหอคอยแห่งความสำเร็จในขณะที่พระเยซูเคาะประตูเหล็กของโบสถ์ การทรงเรียกของพระองค์หายไปในความตระการตา

2. เสียงเคาะ

ขณะกำลังถ่ายทอดสดพิธีทางศาสนา คุณยายชื่อเอสเธอร์ได้เข้ามาขัดจังหวะ เธอร้องออกมาว่า “วิวรณ์ 3:1 กล่าวว่า ‘เจ้ามีชื่อเสียงว่ายังมีชีวิตอยู่ แต่เจ้าตายไปแล้ว’ ” “พระเยซูกำลังเคาะประตู แต่เจ้ากำลังดูถูกพระองค์!” มาร์คัสส่งสัญญาณให้รักษาความปลอดภัย แต่คำพูดของเธอกลับเจ็บแสบ ในคืนนั้น เขาอ่านลูกา 10:38-41 โดยรู้สึกผิดที่ “มีสิ่งเดียวที่จำเป็น” การเติบโตของเมืองไทรอัมพ์ซิตี้—เหตุการณ์ ชื่อเสียง การสร้างตราสินค้า— สะท้อนให้เห็นความฟุ้งซ่านของมาร์ธา พระเยซูทรงแสวงหาความใกล้ชิด

แต่คริสตจักรกลับขายความรุ่งโรจน์ คำเตือนของเอสเธอร์ยังคงก้องกังวาน
มาร์คัสรู้สึกถึงการเคาะประตูของพระผู้ช่วยให้รอด

3. วิกฤตการณ์

ผู้แจ้งเบาะแสเปิดโปงการฉ้อโกง:
เงินทุนของคณะเผยแผ่ศาสนาเป็นปัจจัยสำคัญในการดำเนินชีวิตของมาร์คัส
#TriumphFraud กลายเป็นกระแสนิยม สมาชิกต่างพากันหลบหนี
คณะกรรมการผลักดันแคมเปญสื่อ แต่คำพูดของเอสเธอร์—
"ความพินาศอันน่าสะอิดสะเอียน" ในมัทธิว 23:15—ยังคงหลอกหลอนมาร์คัส
เขาไปเยี่ยมกลุ่มสวดมนต์ในโรงรถของโบสถ์ ซึ่งนำโดยบาริสต้าชื่อดาเนียล
การนมัสการแบบดิบๆ ของพวกเขาเผยให้เห็นความว่างเปล่าของ Triumph City
มาร์คัสมองเห็นความจริง: การเติบโตอย่างรวดเร็วได้สร้างโบสถ์ที่ตายไปแล้ว
ชื่อเสียงของโบสถ์เป็นเพียงเปลือกนอก (วิวรณ์ 3:1) ซึ่งสุกงอมสำหรับการพิพากษา

4. เศษซาก

มาร์คัสจัดงานชุมนุมสำนึกผิดในสวนสาธารณะ เขาสารภาพกับผู้คน 2,000
คนที่ยังอยู่ต่อว่า "พวกเราสูญเสียพระเยซูไปแล้ว" เขาตัดโครงการต่างๆ
และนำเงินไปช่วยเหลือคนยากจน ส่วนที่เหลือ—ดาเนียล เอสเธอร์ และคนอื่นๆ—
ศึกษาวิวรณ์ 3:2: "จงเสริมสร้างส่วนที่เหลือ" ลูกา 10:42 ชี้แนะพวกเขาว่า
"ส่วนที่ดีกว่า" พวกเขาให้บริการที่พักพิงและฟื้นฟูความไว้วางใจ ชายไร้บ้านพบศรัทธา
เยาวชนนำการเผยแผ่ศาสนา
ส่วนที่เหลือเลือกความสนิทสนมและเปิดประตูต้อนรับพระเยซู

5. คำเตือนจากสวรรค์

การล่มสลายของ Triumph City เตือนคริสตจักรที่เติบโตมากเกินไป:
ชื่อเสียงหลอกลวง วิวรณ์ 3:1 เปิดเผยภาพลักษณ์ที่ไร้ค่า มัทธิว 23:15

ทำนายว่าหอคอยที่ว่างเปล่าจะรกร้างว่างเปล่า คุณจะไล่ตามความยิ่งใหญ่หรือพระคริสต์
คนที่เหลือจะชี้ทาง: ถ่อมตัว อุทิศตน ยอมจำนน เปิดประตูให้พระเยซู
มิฉะนั้นเชิงเทียนของคุณจะล้ม เลือกความใกล้ชิดมากกว่าภาพลวงตา—ตอนนี้

เรื่องที่ 2 0: เอเชีย – การชำระล้างของการข่มเหง – การไถ่บาปของแม่น้ำ

พระคัมภีร์: ลูกา 10:38-41, วิวรณ์ 2:10, มัทธิว 23:15

1. ภาพลวงตา

ในหมู่บ้านกลางป่าแห่งหนึ่งในเมียนมาร์ มีโบสถ์ลับแห่งหนึ่งตั้งอยู่ริมแม่น้ำอิระวดี ศิษยาภิบาลทัง อดีตชาวประมง นำผู้เชื่อ 40 คนไปที่กระท่อมไม้ไผ่ โดยปิดเสียงเพลงสวดเพื่อหลีกเลี่ยงการลาดตระเวนของทหาร พวกเขาแบ่งปันข้าว ท่องจำพระคัมภีร์ และซ่อนผู้เปลี่ยนใจเลื่อมใส การข่มเหงหล่อหลอมความอดทน คนนอกมองว่าพวกเขาเปล่งประกาย แต่บางคนก็กักตุนเสบียงเพราะกลัวการโจมตี คนอื่น ๆ รังเกียจคนแปลกหน้าเพราะกลัวการทรยศ เช่นเดียวกับมาร์ธาในลูกา 10:40 พวกเขา “ฟุ้งซ่านเพราะการรับใช้มาก” ความอยู่รอดบดบังการเสียสละ พระเยซูเคาะประตูที่ทอด้วยไม้ไผ่ แต่ความกลัวกลบเสียงเรียกของพระองค์

2. เสียงเคาะ

ระหว่างการสวดมนต์ตอนเช้า วัยรุ่นคนหนึ่งชื่ออายได้พูดขึ้น “วิวรณ์ 2:10 บอกว่า ‘จงซื่อสัตย์จนตาย’” เธอกล่าวกระตุ้น “พระเยซูกำลังเคาะประตู แต่เรากำลังซ่อนตัวจากการทรงเรียกของพระองค์!” ทังรู้สึกหงุดหงิด พ่อของอายถูกจำคุก ความกล้าหาญของเธอทำให้รู้สึกเจ็บแปลบ ในคืนนั้น ทังอ่านลูกา 10:38-41 โดยถูกตัดสินว่า “มีสิ่งเดียวที่จำเป็น” การระมัดระวังของคริสตจักร—

การสะสมของและการแยกตัว—สะท้อนให้เห็นถึงความฟุ้งซ่านของมาร์ธา
พระเยซูเสนอการไถ่บาป แต่ความกลัวขวางประตูไว้ ทั้งรู้สึกถึงการเคาะประตูของพระองค์
ซึ่งกระตุ้นให้เกิดความกล้าหาญ

3. วิกฤตการณ์

ทหารบุกเข้าไปเผากระท่อมหลังจากที่ได้รับแจ้งเบาะแส เอย์ถูกจับกุม ผู้ศรัทธาบางส่วน
หลบหนี บางส่วนซ่อนอาหาร ทั้งรอดพ้นจากความขี้ขลาดของเขา คำเตือนของเอย์—
ความรกร้างว่างเปล่าในมัทธิว 23:15—เป็นความจริง
เขาไปสมทบกับกลุ่มที่เหลือริมแม่น้ำซึ่งนำโดยชาวนาชื่อซาว
การอธิษฐานโดยไม่เห็นแก่ตัวของพวกเขาเผยให้เห็นความเห็นแก่ตัวของคริสตจักร
ทั้งมองเห็นความจริง การข่มเหงเผยให้เห็นศรัทธาที่ว่างเปล่าซึ่งแปดเปื้อนด้วยความกลัว
เถ้าถ่านของกระท่อมเป็นสัญญาณของความพินาศทางจิตวิญญาณ

4. เศษซาก

ทั้งรวบรวมผู้ที่เหลือ—ซอ เอย์ (เป็นอิสระ) และอีกสิบคน—ไว้ในถ้ำ เขาสารภาพว่า
"พวกเราปิดกั้นพระเยซูไว้" พวกเขาศึกษาวิวรณ์ 2:10
โดยยึดมั่นในความซื่อสัตย์ที่มีค่าใช้จ่ายสูง ผู้ที่เหลือแบ่งปันพืชผลกับชาวบ้าน
เสี่ยงต่อการถูกจับ ลูกา 10:42 ดลใจพวกเขา: "ส่วนที่ดีกว่า"
ทหารคนหนึ่งเปลี่ยนใจเลื่อมใส ครอบครัวหนึ่งเข้าร่วมการนมัสการ
ความกล้าหาญของผู้ที่เหลือจุดประกายริมฝั่งแม่น้ำ เปิดประตูรับพลังของพระเยซู

5. คำเตือนจากสวรรค์

การทำลายกระท่อมเป็นการเตือนใจคริสตจักรที่ถูกข่มเหง: ความกลัวทรยศต่อศรัทธา
วิวรณ์ 2:10 เรียกร้องให้ซื่อสัตย์จนตาย มัทธิว 23:15
ส่งสัญญาณถึงความรกร้างว่างเปล่าสำหรับใจที่ขี้ขลาด คุณจะเก็บสะสมหรือให้?
คนที่เหลือแสดงให้เห็นหนทาง: กล้าหาญ เสียสละ อุทิศตน
เปิดประตูสู่พันธกิจของพระเยซู มิฉะนั้นการข่มเหงจะทำลายคุณ
เลือกความใกล้ชิดมากกว่าการเอาตัวรอด—ตอนนี้

เรื่องที่ 21: แอฟริกา – การฟื้นฟูคอร์รัปชัน – เปลวไฟที่ทำให้

พระคัมภีร์มืดบอด: ลูกา 10:38-41, วิวรณ์ 2:4-5, มัทธิว 23:15

1. ภาพลวงตา

ในเมืองเคปทาวน์ ประเทศแอฟริกาใต้ คริสตจักร Radiant Hope ได้เติมเต็มโดมที่นั่ง 10,000 ที่นั่งด้วยการฟื้นฟูที่เร้าใจ ศิษยาภิบาล Thandi วัย 40 ปีผู้มีเสน่ห์ดึงดูดใจได้เทศนาเรื่องปาฏิหาริย์ การประกาศศาสนาของเธอได้รับการถ่ายทอดทางทีวีดาวเทียม การบริจาคเงินได้สร้างสถานเลี้ยงเด็กกำพร้าและสตูดิโอ แฮชแท็ก #RadiantHope ของเธอได้รับความนิยม ฝูงชนแห่กันมาเพื่อรับการรักษาและหว่าน "เมล็ดพันธุ์" เพื่อความเจริญรุ่งเรือง แต่การอธิษฐานก็ลดน้อยลง การบริจาคเงินเป็นทุนสำหรับความหรูหราของ Thandi เช่นเดียวกับมาร์ธาในลูกา 10:40 คริสตจักร "เสียสมาธิกับการรับใช้มาก" ไล่ตามเปลวไฟแห่งการฟื้นฟูในขณะที่พระเยซูเคาะประตูกระจกของคริสตจักร เสียงเรียกของพระองค์หายไปในเสียงโห่ร้อง

2. เสียงเคาะ

ในงานชุมนุมปาฏิหาริย์ ผู้อาวุโสคนหนึ่งชื่อซิโฟยืนขึ้น “วิวรณ์ 2:4 บอกว่า ‘เจ้าละทิ้งความรักแรกของเจ้าแล้ว’” เขาเตือน “พระเยซูกำลังเคาะประตู แต่เจ้ากลับแลกพระองค์กับชื่อเสียง!” ทันดีโบกมือไล่เขา แต่คำพูดของเขายังคงวนเวียนอยู่ คืนนั้น เธออ่านลูกา 10:38-41 โดยรู้สึกผิดที่ “มีสิ่งเดียวที่จำเป็น” ช่วงแรกๆ ของ Radiant Hope—การอธิษฐานอย่างแรงกล้า ความรักที่แบ่งปัน—เลือนหายไปจากความตื่นตาตื่นใจ พระเยซูทรงแสวงหาความใกล้ชิด แต่ความทะเยอทะยานขวางกั้นประตู คำเตือนของซิโฟยังคงก้องอยู่ ทันดีรู้สึกถึงการเคาะประตูของพระองค์

3. **วิกฤตการณ์**

การเปิดโปงเผยให้เห็นการรักษาที่จัดฉากและเงินที่ถูกยักย้ายออกไป #การฉ้อโกงของ Radiant กลายเป็นกระแส โดมว่างเปล่า ทีมของ Thandi พยายามแก้ไขประชาสัมพันธ์ แต่คำพูดของ Sipho—ความรกร้างว่างเปล่าในมัทธิว 23:15—ยังคงหลอกหลอนเธอ เธอเข้าร่วมกลุ่มอธิษฐานในตำบลที่นำโดยช่างเย็บผ้าชื่อ Nia การนมัสการแบบดิบๆ ของพวกเขาเปิดเผยการทุจริตของ Radiant Hope Thandi เห็นความจริง: ความทะเยอทะยานทำให้คริสตจักรมืดบอด การฟื้นคืนชีพของคริสตจักรเป็นเพียงเปลวไฟที่ว่างเปล่าซึ่งเชื้อเชิญการพิพากษา (วิวรณ์ 2:5)

4. **เศษซาก**

ทันดีจัดพิธีแสดงความสำนึกผิดในทุ่งนา เธอร้องไห้ให้ผู้คน 1,500 คนที่มาร่วมพิธี "พวกเราสูญเสียพระเยซูไปแล้ว" เธอขายทรัพย์สินเพื่อนำเงินไปช่วยเหลือคนยากจน ส่วนที่เหลือ—นีอา ซีโฟ และคนอื่นๆ—ศึกษาวิวรณ์ 2:5 และกลับคืนสู่ความรักครั้งแรก ลูกา 10:42 ชี้แนะพวกเขาว่า "ส่วนที่ดีกว่า" พวกเขาเลี้ยงดูเด็กกำพร้าและฟื้นคืนความไว้วางใจ หญิงม่ายพบความหวัง วัยรุ่นนำการฟื้นฟู ส่วนที่เหลือจุดประกายศรัทธาอีกครั้ง เปิดประตูต้อนรับการประทับของพระเยซู

5. **คำเตือนจากสวรรค์**

การล่มสลายของ Radiant Hope เตือนคริสตจักรแห่งการฟื้นฟู: ความทะเยอทะยานทำให้ตาบอด วิวรณ์ 2:5 เร่งเร้าให้ "กลับใจเสียใหม่และทำสิ่งที่ท่านเคยทำในตอนแรก" มัทธิว 23:15 ทำนายว่าแท่นบูชาที่เสื่อมโทรมจะรกร้างว่างเปล่า คุณจะไล่ตามชื่อเสียงหรือศรัทธา

คนที่เหลือจะชี้ทาง: ถ่อมตัว บริสุทธิ์ ยอมจำนน เปิดประตูให้พระเยซู มิฉะนั้นไฟในตัวคุณจะมอดไหม้ เลือกความสนิทสนมมากกว่าความทะเยอทะยาน—— ตอนนี้

เรื่องที่ 22: อเมริกาเหนือ – ความตาบอดจากการเติบโตอย่างรวดเร็ว – ภาพลวงตาของโมเมนตัม

พระคัมภีร์: ลูกา 10:38-41, วิวรณ์ 3:1-3, มัทธิว 23:15

1. ภาพลวงตา

ในฟีนิกซ์ รัฐแอริโซนา RiseUp Church เจริญรุ่งเรืองในอาคารที่มีที่นั่ง 10,000 ที่นั่ง โดยไม้กางเขนเรืองแสงสามารถมองเห็นได้เป็นไมล์ ศิษยาภิบาลจอร์แดน วัย 40 ปี ผู้มีอาณาจักร YouTube เผยแพร่จุดประสงค์ด้วยการขัดเกลา TED Talk แอพของคริสตจักรเสนอ "เคล็ดลับแห่งศรัทธา" และเทศกาลต่างๆ ดึงดูดผู้คนได้หลายพันคน การเดินทาง เผยแผ่ศาสนา และแคมเปญไวรัลช่วยขับเคลื่อน #RiseUpNow สโลแกนของจอร์แดนคือ "Momentum for Jesus" ทำให้เกิดเสียงเชียร์ แต่คริสตจักรไล่ตามการเติบโต——ตัวชี้วัด กระแสข้อมูล และความเท่——มากกว่าความเป็นพระเจ้า เช่นเดียวกับมาร์ธาในลูกา 10:40 RiseUp "เสียสมาธิกับการรับใช้มาก" สร้างภาพลวงตาในขณะที่พระเยซูเคาะประตูกระจก เสียงเรียกของพระองค์หายไปในเสียงฮือฮา

2. เสียงเคาะ

ระหว่างพิธีใหญ่ ผู้เกษียณอายุที่ชื่อคลาร่าก็ยืนขึ้น "วิวรณ์ 3:1 กล่าวว่า 'เจ้ามีชื่อเสียงว่ายังมีชีวิตอยู่ แต่เจ้าตายไปแล้ว'" เธอเตือน "พระเยซูกำลังเคาะประตู แต่เจ้ากำลังขายพระองค์!" จอร์แดนหัวเราะเยาะ แต่คำพูดของเธอเจ็บแสบ คืนนั้น เขาอ่านลูกา 10:38-41 โดยรู้สึกผิดที่ "สิ่งเดียวที่จำเป็น" ความคลั่งไคล้ ของ RiseUp— เหตุการณ์ต่างๆ การคลิก อิทธิพล—สะท้อนถึงความฟุ้งซ่านของมาร์ธา พระเยซูทรงแสวงหาความใกล้ชิด แต่คริสตจักรขายโมเมนตัม เสียงของคลาร่ายังคงดังอยู่ จอร์แดนรู้สึกถึงการเคาะประตูของพระผู้ช่วยให้รอด

3. วิกฤตการณ์

เกิดเรื่องอื้อฉาว: รายงานการเข้าร่วมที่เกินจริงปกปิดการใช้งบประมาณเกินควร
#RiseUpRuse กลายเป็นกระแส ฝูงชนลดน้อยลง
ทีมงานของจอร์แดนผลักดันการสร้างแบรนด์ใหม่ แต่คำเตือนของคลาร่า—มัทธิว 23:15
ที่ว่า "ความพินาศอันน่าสะอิดสะเอียน"—ยังคงสะท้อนให้เห็น
เขาไปเยี่ยมกลุ่มอธิษฐานในโรงเก็บของของโบสถ์ ซึ่งนำโดยช่างเครื่องชื่อลุค
การนมัสการแบบดิบๆ ของพวกเขาเผยให้เห็น ความว่างเปล่า ของ RiseUp
จอร์แดนมองเห็นความจริง: การเติบโตอย่างก้าวกระโดดได้ให้กำเนิดโบสถ์ที่ตายไปแล้ว
ชื่อเสียงของโบสถ์เป็นเพียงภาพลวงตา (วิวรณ์ 3:1) ซึ่งเชื้อเชิญการพิพากษาของพระเจ้า

4. เศษซาก

จอร์แดนเรียกประชุมเพื่อแสดงความสำนึกผิดในทุ่งนา "พวกเราสูญเสียพระเยซูไปแล้ว"
เขาสารภาพต่อผู้คน 1,200 คนที่ยังอยู่ต่อ
เขาตัดโครงการที่ฉูดฉาดออกไปเพื่อระดมทุนให้กับความต้องการในท้องถิ่น
กลุ่มคนที่เหลือ—ลูกา คลารา และคนอื่นๆ—ศึกษาวิวรณ์ 3:2:
"จงเสริมสร้างสิ่งที่เหลือไว้" ลูกา 10:42 ชี้แนะพวกเขาว่า "ส่วนที่ดีกว่า"
พวกเขาให้บริการธนาคารอาหาร สร้างความไว้วางใจขึ้นใหม่ ทหารผ่านศึกพบความหวัง

วัยรุ่นเป็นผู้นำในการเผยแผ่ศาสนา กลุ่มคนที่เหลือเลือกที่จะมีความสนิทสนม
เปิดประตูสู่การประทับอยู่ของพระเยซู

5. คำเตือนจากสวรรค์

ของ RiseUp เตือนคริสตจักรที่เติบโตอย่างรวดเร็ว: โมเมนตัมหลอกลวง วิวรณ์ 3:1
เปิดเผยชื่อเสียงที่ตายไปแล้ว มัทธิว 23:15
ทำนายความรกร้างว่างเปล่าสำหรับภาพลวงตาที่ว่างเปล่า
คุณจะไล่ตามอิทธิพลหรือพระคริสต์ คนที่เหลือแสดงหนทาง: ถ่อมตัว อุทิศตน ยอมจำนน
เปิดประตูให้พระเยซู มิฉะนั้นเชิงเทียนของคุณจะล้ม
เลือกความใกล้ชิดมากกว่าภาพลวงตา—ตอนนี้

เรื่องที่ 2 3: ยุโรป – ประเพณีแห่งความตาย – สุสานแห่งประเพณี

พระคัมภีร์: ลูกา 10:38-41, วิวรณ์ 2:5, มัทธิว 23:15

1. ภาพลวงตา

ในกรุงโรม ประเทศอิตาลี มหาวิหารซานตาโครเชตั้งตระหง่านเป็นอนุสรณ์แห่งศรัทธา
ห้องโถงหินอ่อนของมหาวิหารสะท้อนถึงประวัติศาสตร์ บาทหลวงแมตเตโอ
ซึ่งเป็นนักวิชาการวัย 50 ปี
เป็นผู้นำในการสวดภาวนาตอนเย็นให้กับนักท่องเที่ยวและฝูงชนที่ลดน้อยลง
ออร์แกนส่งเสียงก้อง และอนุสรณ์ดึงดูดฝูงชนจำนวนมาก ซึ่งช่วยสนับสนุนการอนุรักษ์
แมตเตโอชื่นชอบจังหวะของพิธีกรรมนี้ โดยมองว่าเป็นการแสดงความศรัทธา
แต่พิธีกรรมนั้นดำเนินไปอย่างซ้ำซากจำเจ จิตใจไม่หวั่นไหว เช่นเดียวกับมาร์ธาในลูกา
10:40 มหาวิหารซานตาโครเช "เสียสมาธิกับการรับใช้มาก"

โดยรักษาประเพณีไว้ในขณะที่พระเยซูเคาะประตูเก่าแก่ของมหาวิหาร
โดยที่เสียงเรียกของพระองค์หายไปในบทสวด

2. เสียงเคาะ

ระหว่างพิธีมิสซา ผู้อพยพชาวเอธิโอเปียชื่อ เซลาม ยืนขึ้น เธอเร่งเร้าว่า “วิวรณ์ 2:5 บอกว่า ‘จงระลึกถึงที่ซึ่งเจ้าล้มลง จงกลับใจเสียใหม่’ ” “พระเยซูกำลังเคาะประตู แต่เจ้าเคารพบูชาพิธีกรรม ไม่ใช่พระองค์!” แมตเตโอขัดขืนและพาเธอออกไป แต่คำพูดของเธอยังคงไม่หายไป คืนนั้น เขาอ่านลูกา 10:38-41 โดยสะดุดกับ “สิ่งที่จำเป็นอย่างหนึ่ง” พิธีกรรมของซานตาโครเชที่ครั้งหนึ่งเคยมีชีวิตชีวา ตอนนี้กลายเป็นหลุมฝังศพ พระเยซูทรงแสวงหาการฟื้นคืนชีพ แต่ประเพณีกลับปิดกั้นประตู คำเตือน ของเซลาม ยังคงก้อง อยู่ แมตเตโอรู้สึกถึงการเคาะประตูของพระองค์

3. วิกฤตการณ์

การขโมยพระธาตุทำให้เกิดความโกรธแค้นและเปิดเผยถึงการบริหารจัดการที่หละหลวม เงินบริจาคก็หมดลง มหาวิหารก็ว่างเปล่า เพื่อนๆ ของมัตเตโอผลักดันแผนการฟื้นฟู แต่ คำพูด ของเซลาม —ความรกร้างว่างเปล่าในมัทธิว 23:15—ยังคงหลอกหลอนเขา เขาเข้าร่วมกลุ่มสวดมนต์เยาวชนในห้องใต้ดินซึ่งนำโดยจูเลีย บาริสต้า การนมัสการอย่างแรงกล้าของพวกเขาเผยให้เห็นถึงความไม่มีชีวิตชีวาของซานตาโครเช มัตเตโอเห็นความจริง: ประเพณีได้ฝังรากลึกอยู่ในศรัทธาและเชื้อเชิญการพิพากษา (วิวรณ์ 2:5)

4. เศษซาก

แมทเทโอได้จัดงานไว้อาลัยที่บริเวณวัด “พวกเราสูญเสียพระเยซูไป” เขาสารภาพต่อผู้คน 300 คนที่มาร่วมพิธีนี้ เขายอมแลกความโอ่อ่าหรูหรากับการศึกษาพระคัมภีร์ ส่วนที่เหลือ—จูเลีย เซลาม และคนอื่นๆ—ยอมรับคำเรียกร้องให้กลับใจในวิวรณ์ 2:5 ลูกา 10:42 ชี้แนะพวกเขาว่า “ส่วนที่ดีกว่า” พวกเขาได้ปรนนิบัติผู้อพยพ ฟื้นฟูการนมัสการ ผู้คลางแคลงใจคนหนึ่งพบศรัทธา ครอบครัวหนึ่งคืนดีกัน ส่วนที่เหลือได้หายใจเอาชีวิตเข้าไป เปิดประตูต้อนรับการประทับอยู่ของพระเยซู

5. คำเตือนจากสวรรค์

ความพินาศของซานตาโครเชเตือนคริสตจักรในยุโรปว่าประเพณีที่ไม่มีพระเยซูคือความตาย วิวรณ์ 2:5 เร่งเร้าให้ “ทำสิ่งที่ท่านเคยทำในตอนแรก” มัทธิว 23:15 ทำนายว่าพิธีกรรมที่ไม่มีชีวิตจะรกร้างว่างเปล่า คุณจะยึดมั่นในรูปแบบหรือศรัทธาหรือไม่ คนที่เหลือจะแสดงให้เห็นหนทาง: มีชีวิต ถ่อมตัว ยอมจำนน เปิดประตูให้พระเยซู มิฉะนั้นเชิงเทียนของคุณจะล้ม เลือกความสนิทสนมมากกว่าสถาบัน—ตอนนี้

เรื่องที่ 24: อเมริกาใต้ – ทางลัดสู่การเป็นสาวก – การเก็บเกี่ยว

พระคัมภีร์ที่ไร้รากฐาน: ลูกา 10:38-41, วิวรณ์ 3:15-16, มัทธิว 23:15

1. ภาพลวงตา

ในโบโกตา ประเทศโคลอมเบีย โบสถ์ Camino de Vida มีสมาชิกเพิ่มขึ้น 6,000 คน ศิษยาภิบาลวาเลเรีย ผู้มีอิทธิพลในวัย 37 ปี เทศนาเรื่องศรัทธาแบบแก้ปัญหาเร่งด่วน โดยให้บัพติศมาแก่ผู้คนหลายร้อยคนโดยแทบไม่มีผู้ติดตามเลย การชุมนุมที่ฉูดฉาดและความท้าทายบน TikTok ดึงดูดเยาวชน #CaminoVida กลายเป็นกระแสนิยม โบสถ์แห่งนี้เต็มไปด้วยผู้คนที่เติบโตในห้องโถงที่สว่างไสวด้วยไฟ LED พร้อมสัญญาว่าจะ "ช่วยให้รอดพ้นจากความทุกข์" แต่ผู้เปลี่ยนใจเลื่อมใสกลับละเลยและไม่ได้รับคำแนะนำ

ผู้นำละเลยความลึกซึ้งเพื่อสร้างกระแส เช่นเดียวกับมาร์ธาในลูกา 10:40 โบสถ์
Camino de Vida "เสียสมาธิกับการรับใช้มาก"
หว่านรากตื้นในขณะที่พระเยซูเคาะประตูสมัยใหม่
เสียงเรียกของพระองค์กลบด้วยเสียงปรบมือ

2. **เสียงเคาะ**

ในงานเลี้ยงรับบัพติศมา ศิษยาภิบาลชื่อมิเกลยืนขึ้น “วิวรณ์ 3:15 บอกว่า
‘เจ้าไม่กระตือรือร้น’” เขาเตือน “พระเยซูกำลังเคาะประตู
แต่ทางลัดของคุณปิดกั้นพระองค์!” วาเลเรียเยาะเย้ย แต่คำพูดของเขากระทบใจเธอ คืนนั้น
เธออ่านลูกา 10:38-41 โดยถูกตัดสินว่า “มีสิ่งหนึ่งเท่านั้นที่จำเป็น”
การรับบัพติศมาอย่างรวดเร็วของ Camino de Vida ข้ามการเป็นสาวกไป
พระเยซูเสนอความลึกซึ้ง แต่คริสตจักรกลับเลือกสิ่งที่รวดเร็ว
คำเตือนของมิเกลยังคงวนเวียนอยู่ วาเลเรียรู้สึกถึงการเคาะประตูของพระองค์

3. **วิกฤตการณ์**

โศกนาฏกรรมเกิดขึ้น:
ผู้ที่เพิ่งเปลี่ยนมานับถือศาสนาคริสต์คนหนึ่งฆ่าตัวตายโดยถูกละเลยจากผู้นำที่ไม่ได้รับการฝึกอบรม ทำให้เกิดความโกรธแค้น #CaminoFail กลายเป็นกระแสนิยม
สมาชิกออกจากคริสตจักร ทีมของวาเลเรียวางแผนเปลี่ยนแปลงประชาสัมพันธ์
แต่คำพูดของมิเกล—ความรกร้างว่างเปล่าในมัทธิว 23:15—ยังคงหลอกหลอนเธอ
เธอเข้าร่วมการศึกษาพระคัมภีร์ในบาริโอ โดยมีโรซา พยาบาลเป็นผู้นำ
ความศรัทธาอันลึกซึ้งของพวกเขาเผยให้เห็นความตื้นเขินของ Camino de Vida
วาเลเรียมองเห็นความจริง: ทางลัดทำให้ผลผลิตเติบโตอย่างเฉื่อยชา พร้อมที่จะถูกคายทิ้ง
(วิวรณ์ 3:16)

4. เศษซาก

วาเลเรียสารภาพบาปในสวนสาธารณะ "พวกเราทำให้พระเยซูผิดหวัง"
เธอบอกกับผู้คนอีก 1,800 คนที่ยังอยู่
เธอเริ่มโครงการให้คำปรึกษาแทนการแก้ปัญหาเฉพาะหน้า กลุ่มคนที่เหลือ ได้แก่ โรซา มิเกล และคนอื่นๆ ยอมรับ "ส่วนที่ดีกว่า" ในลูกา 10:42 พวกเขาเป็นสาวกของเยาวชน
ฟื้นฟูความไว้วางใจ หญิงม่ายพบจุดมุ่งหมาย วัยรุ่นนำเพื่อนมาสู่พระคริสต์
กลุ่มคนที่เหลือหยั่งรากลึก เปิดประตูสู่ความจริงของพระเยซู

5. คำเตือนจากสวรรค์

การล่มสลายของ Camino de Vida เตือนคริสตจักรให้ใช้ทางลัด:
ศรัทธาที่ไม่จริงจังเชื้อเชิญการปฏิเสธ (วิวรณ์ 3:16) มัทธิว 23:15
ทำนายว่าการเก็บเกี่ยวที่ไร้รากฐานจะรกร้างว่างเปล่า คุณจะเร่งรีบหรือเอาใจใส่?
ส่วนที่เหลือแสดงให้เห็นหนทาง: อดทน หยั่งราก ทุ่มเท
เปิดประตูสู่ความลึกซึ้งของพระเยซู มิฉะนั้นผลผลิตของคุณจะเหี่ยวเฉา
เลือกความสนิทสนมมากกว่าความสบาย—ตอนนี้

เรื่องที่ 25: อเมริกาเหนือ –
ความตาบอดจากการเติบโตอย่างรวดเร็ว – ภาพลักษณ์ของ

พระคัมภีร์ที่รุ่งเรือง: ลูกา 10:38-41, วิวรณ์ 3:1-3, มัทธิว 23:15

1. ภาพลวงตา

ในเมืองซีแอตเทิล รัฐวอชิงตัน โบสถ์ Elevate ได้เติมเต็มสนามกีฬาที่มีที่นั่ง 9,000 ที่นั่งด้วยพลังอันมีชีวิตชีวา ศิษยาภิบาล Kayla วัย 39 ปีซึ่งมีพ็อดคาสต์ที่ได้รับความนิยมอย่างแพร่หลาย ได้เทศนาเรื่อง "เจริญรุ่งเรืองในศรัทธา" โดยผสมผสานจิตวิทยาป๊อปเข้ากับพระคัมภีร์ แอปของโบสถ์เสนอ "แผนการเติบโต" และการแสดงแสงสีของโบสถ์ก็เทียบได้กับคอนเสิร์ตร็อค การเข้าถึงทั่วโลกและแคมเปญ #ElevateFaith ดึงดูดผู้คนนับล้านทางออนไลน์ คำขวัญของ Kayla ที่ว่า "Flourish Now" ทำให้เกิดเสียงปรบมือยืน แต่โบสถ์ให้ความสำคัญกับจำนวน—จำนวนผู้เข้าชม จำนวนที่นั่ง การให้—มากกว่าการเปลี่ยนแปลง เช่นเดียวกับมาร์ธาในลูกา 10:40 โบสถ์ Elevate "เสียสมาธิกับการรับใช้มาก" สร้างภาพลักษณ์ในขณะที่พระเยซูเคาะประตูกระจก เสียงเรียกของพระองค์หายไปในกระแสโฆษณา

2. เสียงเคาะ

ในระหว่างพิธีที่เต็มไปด้วยผู้คน ชายม่ายคนหนึ่งชื่อฮาโรลด์ลุกขึ้นยืน "วิวรณ์ 3:1 กล่าวว่า 'เจ้ามีชื่อเสียงว่ายังมีชีวิตอยู่ แต่เจ้าตายไปแล้ว'" เขากล่าวเตือน "พระเยซูกำลังเคาะประตู แต่เจ้ากำลังขายของเก่า!" เคย์ล่าเบี่ยงประเด็น แต่คำพูดของเขากลับเจ็บแสบ ในคืนนั้น เธออ่านลูกา 10:38-41 โดยรู้สึกผิดที่ "สิ่งเดียวที่จำเป็น" ความคลั่งไคล้ ของเอเลเวท —เหตุการณ์ ตัวชี้วัด ชื่อเสียง—สะท้อนถึงความฟุ้งซ่านของมาร์ธา พระเยซูทรงแสวงหาความใกล้ชิด

แต่คริสตจักรไล่ตามความเจริญรุ่งเรือง คำเตือนของฮาโรลด์ยังคงวนเวียนอยู่
เคย์ล่ารู้สึกถึงการเคาะประตูของพระผู้ช่วยให้รอด

3. วิกฤตการณ์

การตรวจสอบทางการเงินเปิดโปงการใช้ในทางที่ผิด:
เงินทุนเพื่อการเข้าถึงผู้คนทำให้งบประมาณสื่อเพิ่มขึ้น #ElevateExposed
ได้รับความนิยม ผู้เข้าร่วมลดลงอย่างรวดเร็ว ทีมของ Kayla
พยายามแก้ไขประชาสัมพันธ์ แต่คำพูดของ Harold—
"ความพินาศอันน่าสะอิดสะเอียน" ในมัทธิว 23:15—ยังคงสะท้อนให้เห็น
เธอไปเยี่ยมกลุ่มอธิษฐานในห้องใต้หลังคาของโบสถ์ ซึ่งนำโดยบาริสต้าชื่อ Mia
การนมัสการแบบดิบๆ ของพวกเขาเผยให้เห็น ความว่างเปล่า ของ Elevate Kayla
มองเห็นความจริง: การเติบโตอย่างรวดเร็วทำให้โบสถ์แห่งนี้กลายเป็นโบสถ์ที่ตายไปแล้ว
ชื่อเสียงของโบสถ์แห่งนี้เป็นเรื่องโกหก (วิวรณ์ 3:1) ส่งผลให้พระเจ้าต้องพิพากษา

4. เศษซาก

Kayla ได้เรียกประชุมเพื่อแสดงความสำนึกผิดในสวนสาธารณะ เธอสารภาพกับผู้คน
1,000 คนที่ยังอยู่ที่สวนสาธารณะว่า "เราสูญเสียพระเยซูไปแล้ว" เธอตัดโครงการตื้น ๆ
ออกไปเพื่อระดมทุนช่วยเหลือผู้คนในท้องถิ่น กลุ่มคนที่เหลือ ได้แก่ มีอา ฮาโรลด์
และคนอื่น ๆ ได้ศึกษาวิวรณ์ 3:2: "จงเสริมสร้างสิ่งที่เหลือไว้" ลูกา 10:42
ชี้แนะพวกเขาว่า "ส่วนที่ดีกว่า" พวกเขาให้บริการที่พักพิงและฟื้นฟูความไว้วางใจ
แม่เลี้ยงเดี่ยวพบความหวัง วัยรุ่นเป็นผู้นำในการเผยแผ่ศาสนา
กลุ่มคนที่เหลือเลือกที่จะมีความสนิทสนมและเปิดประตูต้อนรับการเสด็จมาของพระเยซู

5. คำเตือนจากสวรรค์

ของ Elevate เตือนคริสตจักรที่เติบโตมากเกินไป: ชื่อเสียงหลอกลวง วิวรณ์ 3:1
เปิดเผยภาพลักษณ์ที่ไร้ค่า มัทธิว 23:15
ทำนายความรกร้างว่างเปล่าสำหรับความเจริญรุ่งเรืองที่ว่างเปล่า
คุณจะไล่ตามตัวชี้วัดหรือพระคริสต์หรือไม่ คนที่เหลือแสดงหนทาง: ถ่อมตัว อุทิศตน
ยอมจำนน เปิดประตูให้พระเยซู มิฉะนั้นเชิงเทียนของคุณจะล้ม
เลือกความใกล้ชิดมากกว่าภาพลวงตา—ตอนนี้

เรื่องที่ 2 6: เอเชีย – การชำระล้างของการข่มเหง – เสียงกระซิบในไม้ไผ่

พระคัมภีร์: ลูกา 10:38-41, วิวรณ์ 2:10, มัทธิว 23:15

1. ภาพลวงตา

ในหมู่บ้านชนบทแห่งหนึ่งในเวียดนาม มีคริสตจักรลับแห่งหนึ่งประชุมกันในสวนไผ่
ศิษยาภิบาลลินห์ ซึ่งเคยเป็นชาวนา ได้นำผู้เชื่อ 30 คน
โดยปิดปากอธิษฐานเพื่อหลบเลี่ยงการจู่โจมของตำรวจ พวกเขาแบ่งปลากันกิน
ท่องจำพระคัมภีร์ และซ่อนผู้กลับใจไว้ในห้องใต้หลังคา
การข่มเหงทำให้เกิดความผูกพันระหว่างพวกเขา คนนอกมองว่าพวกเขาเปล่งประกาย
แต่บางคนก็กักตุนอาหารไว้เพราะกลัวถูกจับกุม
ในขณะที่บางคนก็เมินผู้มาใหม่เพราะกลัวถูกทรยศ เช่นเดียวกับมาร์ธาในลูกา 10:40
พวกเขา "ฟุ้งซ่านเพราะการรับใช้มาก" ความอยู่รอดเหนือกว่าการเสียสละ
พระเยซูเคาะประตูทางที่ซ่อนอยู่ในสวนไผ่ แต่ความกลัวทำให้เสียงของพระองค์กลบเสียง

2. เสียงเคาะ

ระหว่างการประชุมที่มีแสงจันทร์ส่อง วัยรุ่นคนหนึ่งชื่อมายพูดขึ้น “วิวรณ์ 2:10 บอกว่า ‘จงซื่อสัตย์จนตาย’” เธอเร่งเร้า “พระเยซูกำลังเคาะประตู แต่เรากำลังหลบซ่อนจากการทรงเรียกของพระองค์!” ลินห์ตึงเครียด น้องสาวของมายถูกจำคุก ความกล้าหาญของเธอทำให้เจ็บใจ คืนนั้น ลินห์อ่านลูกา 10:38-41 โดยถูกตัดสินว่า “สิ่งหนึ่งจำเป็น” การระมัดระวังของคริสตจักร—การสะสมของ การแยกตัว—สะท้อนถึงการเบี่ยงเบนความสนใจของมาร์ธา พระเยซูเสนอการชำระล้าง แต่ความกลัวขวางประตูไว้ ลินห์รู้สึกถึงการเคาะประตูของพระองค์ เร่งเร้าให้กล้าหาญ

3. **วิกฤตการณ์**

ตำรวจบุกเข้าไปเผาป่าหลังจากที่ได้รับแจ้งเบาะแส ไมถูกจับกุม ผู้ศรัทธาบางส่วน หลบหนี บางส่วนซ่อนเสบียงไว้ ลินห์รอดพ้นจากความขลาดกลัว คำเตือนของไม—ความรกร้างว่างเปล่าในมัทธิว 23:15—เป็นความจริง เขาไปสมทบกับกลุ่มผู้หลงเหลือในถ้ำแห่งหนึ่ง โดยมีตวน ช่างทอผ้าเป็นผู้นำ คำอธิษฐานที่ไม่เห็นแก่ตัวของพวกเขาเผยให้เห็นความเห็นแก่ตัวของคริสตจักร ลินห์มองเห็นความจริง การข่มเหงเผยให้เห็นศรัทธาที่ว่างเปล่าซึ่งแปดเปื้อนด้วยความกลัว เถ้าถ่านในป่าเป็นสัญญาณของความพินาศทางจิตวิญญาณ

4. **เศษซาก**

ลินห์รวบรวมคนที่เหลือไว้ ได้แก่ ตวน มาย (ได้รับอิสรภาพแล้ว) และอีกแปดคน “พวกเราปิดกั้นพระเยซูไว้” เขาสารภาพ พวกเขาศึกษาวิวรณ์ 2:10 โดยยึดมั่นในความซื่อสัตย์ที่มีราคาแพง คนที่เหลือแบ่งปันข้าวกับชาวบ้าน เสี่ยงต่อการถูกจับ ลูกา 10:42 ดลใจพวกเขา: “ส่วนที่ดีกว่า”

เพื่อนบ้านเปลี่ยนใจเลื่อมใส เด็กคนหนึ่งเข้าร่วมการนมัสการ
ความกล้าหาญของคนที่เหลือจุดประกายเงามืด เปิดประตูสู่พลังอำนาจของพระเยซู

5. คำเตือนจากสวรรค์

การทำลายป่าทำให้คริสตจักรที่ถูกข่มเหงต้องรับมือ ความกลัวทรยศต่อศรัทธา วิวรณ์ 2:10 เรียกร้องให้ซื่อสัตย์จนตาย มัทธิว 23:15
ส่งสัญญาณถึงความรกร้างว่างเปล่าสำหรับใจที่ขี้ขลาด คุณจะเก็บสะสมหรือให้?
คนที่เหลือจะชี้ทาง: กล้าหาญ เสียสละ อุทิศตน เปิดประตูสู่พันธกิจของพระเยซู
มิฉะนั้นการข่มเหงจะทำลายคุณ เลือกความใกล้ชิดมากกว่าการเอาตัวรอด—ตอนนี้

เรื่องที่ 27: ยุโรป – ประเพณีแห่งความตาย – เสียงสะท้อนของความว่างเปล่า

พระคัมภีร์: ลูกา 10:38-41, วิวรณ์ 2:5, มัทธิว 23:15

1. ภาพลวงตา

ในกรุงลอนดอน ประเทศอังกฤษ มหาวิหารเซนต์อัลบันเป็นอนุสรณ์สถานแห่งศรัทธา โดยมีซุ้มประตูหินดึงดูดนักท่องเที่ยว ชาร์ลส์ นักวิชาการวัย 55 ปี เป็นผู้นำการประกอบพิธีอย่างเป็นทางการให้กับผู้เข้าโบสถ์จำนวนน้อย บทเพลงสรรเสริญดังขึ้นเป็นระยะ และเงินช่วยเหลือด้านมรดกก็สนับสนุนการบำรุงรักษา ชาร์ลส์เคารพประเพณี โดยมองว่าพิธีกรรมเป็นการนมัสการ แต่พิธีกลับเย็นชาและจิตใจไม่หวั่นไหว เช่นเดียวกับมาร์ธาในลูกา 10:40 มหาวิหารเซนต์อัลบัน “วอกแวกเพราะการรับใช้มาก” ทำให้รักษารูปลักษณ์เอาไว้ได้ ในขณะที่พระเยซูเคาะประตูไม้โอ๊ค เสียงเรียกของพระองค์หายไปในเสียงสะท้อน

2. เสียงเคาะ

ระหว่างพิธี ผู้อพยพชาวไนจีเรียชื่ออาดาได้ยืนขึ้น เธอเตือนว่า “วิวรณ์ 2:5 บอกว่า ‘จงกลับใจเสียใหม่และทำสิ่งที่เจ้าเคยทำในตอนแรก’ ” “พระเยซูกำลังเคาะประตู แต่เจ้ากลับยึดติดกับพิธีกรรมที่ว่างเปล่า!” ชาร์ลส์รู้สึกหงุดหงิด แต่คำพูดของเธอยังคงวนเวียนอยู่ ในคืนนั้น เขาอ่านลูกา 10:38-41 และสะดุดกับ “สิ่งที่จำเป็นอย่างหนึ่ง” ประเพณีของเซนต์อัลบันที่เคยมีชีวิตชีวา ตอนนี้กลายเป็นหลุมฝังศพ พระเยซูทรงแสวงหาการฟื้นฟู แต่รูปแบบกลับขวางประตู คำเตือนของอาดายังคงก้องอยู่ ชาร์ลส์รู้สึกถึงการเคาะประตูของพระองค์

3. วิกฤตการณ์

น้ำท่วมทำให้มหาวิหารได้รับความเสียหาย เผยให้เห็นถึงการบำรุงรักษาที่ละเลย ผู้บริจาคถอนตัวออกไป ม้านั่งว่างเปล่า เพื่อนๆ ของชาร์ลส์ผลักดันให้บูรณะ แต่คำพูดของเอดา—ความรกร้างว่างเปล่าในมัทธิว 23:15—ยังคงหลอกหลอนเขา เขาเข้าร่วมกลุ่มสวดมนต์เยาวชนในห้องใต้ดิน ซึ่งนำโดยเลียม นักเรียน การนมัสการอย่างแรงกล้าของพวกเขาเผยให้เห็นถึงความไม่มีชีวิตชีวาของนักบุญอัลบัน ชาร์ลส์มองเห็นความจริง ประเพณีได้ฝังรากลึกอยู่ในศรัทธา และเชื้อเชิญการพิพากษา (วิวรณ์ 2:5)

4. เศษซาก

ชาร์ลส์ได้จัดงานไว้อาลัยที่ซากปรักหักพัง เขาสารภาพกับผู้คน 200 คนที่มาร่วมพิธีว่า “พวกเราสูญเสียพระเยซูไปแล้ว” เขายอมแลกความโอ่อ่าหรูหรากับการศึกษาพระคัมภีร์

ส่วนที่เหลือ—เลียม เอดา และคนอื่นๆ—ยอมรับคำเรียกร้องให้กลับใจในวิวรณ์ 2:5
ลูกา 10:42 ชี้แนะพวกเขาว่า "ส่วนที่ดีกว่า" พวกเขาได้ให้บริการผู้ลี้ภัย
ฟื้นฟูการนมัสการ ผู้คลางแคลงใจคนหนึ่งพบศรัทธา ครอบครัวหนึ่งคืนดีกัน
ส่วนที่เหลือหายใจมีชีวิตขึ้น เปิดประตูต้อนรับการประทับของพระเยซู

5. คำเตือนจากสวรรค์

ความพินาศของเซนต์อัลบันเตือนคริสตจักรในยุโรปว่า ประเพณีที่ไม่มีพระเยซูคือความตาย
วิวรณ์ 2:5 เร่งเร้าให้ "ทำสิ่งที่ท่านเคยทำในตอนแรก" มัทธิว 23:15
ทำนายว่าพิธีกรรมที่ไม่มีชีวิตจะรกร้างว่างเปล่า คุณจะยึดมั่นในรูปแบบหรือศรัทธาหรือไม่
คนที่เหลือจะแสดงให้เห็นหนทาง: มีชีวิต ถ่อมตัว ยอมจำนน เปิดประตูให้พระเยซู
มิฉะนั้นตะเกียงของคุณจะล้ม เลือกความสนิทสนมมากกว่าสถาบัน—ตอนนี้

เรื่องที่ 28: อเมริกาเหนือ – ความตาบอดแห่งการเติบโตอย่างรวดเร็ว – ความรุ่งโรจน์แห่งแสงแห่งพระสิริ

พระคัมภีร์: ลูกา 10:38-41, วิวรณ์ 3:1-3, มัทธิว 23:15

1. ภาพลวงตา

ในเมืองฮูสตัน รัฐเท็กซัส Radiance Church
ได้นำเอาพลังแห่งการอธิษฐานมาสู่เมกะโดมขนาด 14,000 ที่นั่ง ศิษยาภิบาล Ava วัย
42 ปีซึ่งมีหนังสือสวดมนต์ขายดี ได้เทศนาเรื่อง "โชคชะตา" ด้วยสไตล์ภาพยนตร์
แอพของคริสตจักรได้นำเกมมาใช้ในกิจกรรมการให้

และทัวร์นมัสการก็เต็มไปด้วยสนามกีฬาต่างๆ ภารกิจทั่วโลกและแคมเปญ #RadianceRising ดึงดูดผู้คนได้หลายล้านคนทางออนไลน์ สโลแกนของ Ava ที่ว่า "Shine Your Glory" ทำให้เกิดเสียงโห่ร้อง แต่คริสตจักรกลับไล่ตามตัวชี้วัดต่างๆ เช่น จำนวนผู้เข้าร่วม จำนวนผู้เข้าโบสถ์ ผลกำไร มากกว่าความศักดิ์สิทธิ์ เช่นเดียวกับมาร์ธาในลูกา 10:40 Radiance "เสียสมาธิกับการรับใช้มาก" สร้างอาณาจักรที่แวววาวในขณะที่พระเยซูเคาะประตู LED ของพระองค์ เสียงเรียกของพระองค์กลบเสียงปรบมือ

2. เสียงเคาะ

ระหว่างการนมัสการแบบถ่ายทอดสด ครูคนหนึ่งชื่อซามูเอลก็ยืนขึ้น "วิวรณ์ 3:1 กล่าวว่า 'เจ้ามีชื่อเสียงว่ายังมีชีวิตอยู่ แต่เจ้าตายไปแล้ว'" เขาเตือน "พระเยซูกำลังเคาะประตู แต่เจ้ากำลังขายความเจิดจ้า!" เอวาปัดคำพูดของเขาออกไป แต่คำพูดของเขากลับเจ็บแสบ คืนนั้น เธออ่านลูกา 10:38-41 โดยรู้สึกผิดที่ "สิ่งเดียวที่จำเป็น" ความคลั่งไคล้ของเรเดียนซ์—เหตุการณ์ต่างๆ การคลิก การมีอิทธิพล—สะท้อนถึงความฟุ้งซ่านของมาร์ธา พระเยซูทรงแสวงหาความใกล้ชิด แต่คริสตจักรกลับขายความรุ่งโรจน์ คำเตือนของซามูเอลยังคงวนเวียนอยู่ เอวารู้สึกถึงการเคาะประตูของพระผู้ช่วยให้รอด

3. วิกฤตการณ์

การเปิดโปงเผยให้เห็นการฉ้อโกง: เงินทุนของมิชชันนารีช่วยกระตุ้นแบรนด์ของ Ava #RadianceRuin กลายเป็นกระแสนิยม ฝูงชนหายไปหมด ทีมงานของ Ava พยายามรณรงค์ประชาสัมพันธ์ แต่คำพูดของซามูเอล—"ความพินาศอันน่าสะอิดสะเอียน" ในมัทธิว 23:15—ยังคงหลอกหลอนเธอ เธอไปเยี่ยมกลุ่มสวดมนต์ในห้องใต้ดินของโบสถ์ซึ่งนำโดยเชฟชื่อนาโอมี การนมัสการแบบดิบๆ ของพวกเขาเผยให้เห็นความว่างเปล่าของ Radiance Ava มองเห็นความจริง: การเติบโตอย่างรวดเร็วทำให้โบสถ์แห่งนี้กลายเป็นโบสถ์ที่ตายไปแล้ว

ความแวววาวของโบสถ์แห่งนี้เป็นเรื่องโกหก (วิวรณ์ 3:1)
เชื้อเชิญการพิพากษาของพระเจ้า

4. เศษซาก

เอวาเรียกประชุมเพื่อแสดงความสำนึกผิดในทุ่งนา "พวกเราสูญเสียพระเยซูไปแล้ว"
เธอสารภาพกับผู้คนอีก 1,500 คนที่ยังอยู่ เธอตัดลดโครงการต่างๆ
เพื่อระดมทุนให้คนยากจน ส่วนที่เหลือ—นาโอมี ซามูเอล และคนอื่นๆ—ศึกษาวิวรณ์
3:2: "จงเสริมสร้างส่วนที่เหลือ" ลูกา 10:42 ชี้แนะพวกเขา: "ส่วนที่ดีกว่า"
พวกเขาให้บริการที่พักพิงและฟื้นฟูความไว้วางใจ วัยรุ่นไร้บ้านพบศรัทธา
ผู้คลางแคลงใจเข้าร่วมการอธิษฐาน
ส่วนที่เหลือเลือกที่จะมีความสนิทสนมและเปิดประตูสู่การประทับอยู่ของพระเยซู

5. คำเตือนจากสวรรค์

การล่มสลายของ Radiance เตือนคริสตจักรที่เติบโตมากเกินไป:
ประกายแวววาวหลอกลวง วิวรณ์ 3:1 เปิดเผยชื่อเสียงที่ตายไปแล้ว มัทธิว 23:15
ทำนายถึงความรกร้างว่างเปล่าของอาณาจักรที่ว่างเปล่า
คุณจะไล่ตามความส่องสว่างหรือพระคริสต์หรือไม่ คนที่เหลือแสดงหนทาง: ถ่อมตัว
อุทิศตน ยอมจำนน เปิดประตูให้พระเยซู มิฉะนั้นเชิงเทียนของคุณจะล้ม
เลือกความใกล้ชิดมากกว่าภาพลวงตา—ตอนนี้

เรื่องที่ 2 9: แอฟริกา – การฟื้นฟูคอร์รัปชั่น – เปลวไฟที่จางหาย

พระคัมภีร์: ลูกา 10:38-41, วิวรณ์ 2:4-5, มัทธิว 23:15

1. ภาพลวงตา

ในกรุงอาบูจา ประเทศไนจีเรีย คริสตจักร Eternal Fire ได้เติมเต็มสนามกีฬาที่มีที่นั่ง 12,000 ที่นั่งด้วยการฟื้นฟูที่ร้อนแรง ศิษยาภิบาล Chukwu นักเทศน์ทางโทรทัศน์วัย 48 ปี เทศนาเรื่องปาฏิหาริย์
การประกาศข่าวประเสริฐของเขาได้ออกอากาศไปทั่วทั้งแอฟริกา
เงินบริจาคช่วยสร้างโรงเรียนและสตูดิโอ แฮชแท็ก #EternalFire
ของเขาได้รับความนิยม ฝูงชนเต้นรำ หว่าน "เมล็ดพันธุ์" เพื่อขอพร
แต่คำอธิษฐานก็เลือนหายไป เงินบริจาคช่วยสนับสนุนเครื่องบินเจ็ตของ Chukwu
เช่นเดียวกับมาร์ธาในลูกา 10:40 คริสตจักร "เสียสมาธิกับการรับใช้มาก"
ไล่ตามเปลวไฟแห่งการฟื้นฟูในขณะที่พระเยซูเคาะประตูเหล็กของคริสตจักร
เสียงเรียกของพระองค์หายไปในเสียงโห่ร้อง

2. เสียงเคาะ

หญิงม่ายชื่อเมอร์ซี่ยืนขึ้นระหว่างการชุมนุมเพื่อการรักษา เธอเตือนว่า “วิวรณ์ 2:4 บอกว่า ‘เจ้าละทิ้งความรักแรกของเจ้าแล้ว’ พระเยซูกำลังเคาะประตู
แต่เจ้ากลับแลกพระองค์กับชื่อเสียง!” ชุกวูส่งสัญญาณความปลอดภัย
แต่คำพูดของเธอเจ็บแสบ คืนนั้น เขาอ่านลูกา 10:38-41 โดยถูกตัดสินว่า
“สิ่งเดียวที่จำเป็น” วันแรกๆ ของไฟนิรันดร์—การอธิษฐานอย่างแรงกล้า
ความรักที่แบ่งปัน—เลือนหายไปจากความตื่นตาตื่นใจ พระเยซูแสวงหาความใกล้ชิด
แต่ความทะเยอทะยานขวางกั้นประตู คำเตือนของเมอร์ซี่ยังคงก้องอยู่
ชุกวูรู้สึกถึงการเคาะประตูของพระองค์

3. วิกฤตการณ์

เรื่องอื้อฉาวเปิดโปงปาฏิหาริย์ปลอม เงินกองทุนโรงเรียนถูกยักย้าย #EternalFraud กลายเป็นกระแส และสนามกีฬาก็ว่างเปล่า ทีมของชุกวูพยายามหาทางแก้ไขโดยสื่อ แต่คำพูดของเมอร์ซี—ความรกร้างว่างเปล่าในมัทธิว 23:15—ยังคงหลอกหลอนเขา เขาเข้าร่วมกลุ่มสลัมที่นำโดยเอสเธอร์ ช่างตัดเสื้อ การนมัสการแบบดิบๆ ของพวกเขาเผยให้เห็นถึงความเสื่อมทรามของไฟนิรันดร์ ชุกวูมองเห็นความจริง ความทะเยอทะยานทำให้เปลวไฟของคริสตจักรมอดดับลง และเชื้อเชิญการพิพากษา (วิวรณ์ 2:5)

4. เศษซาก

ชุกวูจัดพิธีสารภาพบาปในตลาด เขาร้องไห้ให้ผู้คน 2,000 คนที่มาร่วมพิธี "พวกเราสูญเสียพระเยซูไปแล้ว" เขาขายทรัพย์สินเพื่อนำเงินไปช่วยเหลือเด็กกำพร้า ส่วนที่เหลือ ได้แก่ เอสเธอร์ เมอร์ซี และคนอื่นๆ ศึกษาพระธรรมวิวรณ์ 2:5 และหวนคืนสู่ความรักในครั้งแรก ลูกา 10:42 ชี้แนะพวกเขาว่า "ส่วนที่ดีกว่า" พวกเขาให้อาหารแก่คนยากจนและฟื้นคืนความไว้วางใจ คนขอทานพบความหวัง เยาวชนนำการฟื้นฟู ส่วนที่เหลือจุดประกายศรัทธาอีกครั้ง เปิดประตูต้อนรับการประทับของพระเยซู

5. คำเตือนจากสวรรค์

การล่มสลายของไฟนิรันดร์เตือนคริสตจักรแห่งการฟื้นฟู: ความทะเยอทะยานดับศรัทธา วิวรณ์ 2:5 เร่งเร้าให้ "กลับใจเสียใหม่และทำสิ่งที่ท่านเคยทำในตอนแรก" มัทธิว 23:15 ทำนายว่าเปลวไฟที่ชั่วร้ายจะถูกทำลาย คุณจะไล่ตามชื่อเสียงหรือศรัทธา คนที่เหลือจะแสดงให้เห็นหนทาง: ถ่อมตัว บริสุทธิ์ ยอมจำนน เปิดประตูให้พระเยซู มิฉะนั้นไฟของคุณจะดับ เลือกความสนิทสนมมากกว่าความทะเยอทะยาน—ตอนนี้

เรื่องที่ 3 : ออสเตรเลีย – การประนีประนอมที่เป็นมิตรต่อผู้แสวงหา – แสงสว่างที่ปราศจากพระเจ้า

พระคัมภีร์: ลูกา 10:38-41, วิวรณ์ 3:15-16, มัทธิว 23:15

1. ภาพลวงตา

ในเมืองเมลเบิร์น ประเทศออสเตรเลีย โบสถ์ Horizon Light
ประสบความสำเร็จในโรงละครที่มีที่นั่ง 5,000 ที่นั่ง ศิษยาภิบาลไรลีย์ วัย 36 ปี
เจ้าของบล็อกวิดีโอที่กลายเป็นไวรัล เทศนาด้วยข้อความดีๆ และหลีกเลี่ยงโทษของบาป
แอปของโบสถ์มี "การอุทิศตนเพื่อสุขภาพ" และคาเฟ่ของโบสถ์ก็เป็นสถานที่ฝึกโยคะ
#HorizonLight ได้รับความนิยม ดึงดูดคนรุ่นมิลเลนเนียลที่แสวงหาจุดมุ่งหมาย
สโลแกนของไรลีย์ที่ว่า "Glow Your Way" ทำให้ที่นั่งเต็ม
แต่ความจริงถูกเจือจางลง การกลับใจถูกละเลยไป เช่นเดียวกับมาร์ธาในลูกา 10:40
โบสถ์ Horizon Light "เสียสมาธิจากการรับใช้มาก"
ส่องแสงเพื่อผู้แสวงหาในขณะที่พระเยซูเคาะประตูอันสวยงามของโบสถ์
เสียงเรียกของพระองค์หายไปในบรรยากาศ

2. เสียงเคาะ

ในงานบริการ "เพื่อสุขภาพ" ผู้อาวุโสคนหนึ่งชื่อโจนยืนขึ้น "วิวรณ์ 3:15 บอกว่า
'เจ้าไม่กระตือรือร้น'" เธอเตือน "พระเยซูกำลังเคาะประตู
แต่เจ้ากลับล็อกพระองค์ไว้ไม่ให้คนกดไลค์!" ไรลีย์เยาะเย้ย แต่คำพูดของเธอกระทบใจ
คืนนั้น เขาอ่านลูกา 10:38-41 โดยถูกตัดสินว่า "จำเป็นเพียงสิ่งเดียว" การอุทธรณ์ของ
Horizon Light ซึ่งเป็นเทรนด์และตื้นเขิน
สะท้อนถึงการเบี่ยงเบนความสนใจของมาร์ธา พระเยซูเสนอความจริง

แต่การประนีประนอมทำให้ประตูปิดลง คำเตือนของโจนยังคงค้างอยู่
ไรลีย์รู้สึกถึงการเคาะประตูของพระองค์

3. วิกฤตการณ์

โพ สต์ไวรัลเปิดโปงคำสอนตื้นเขิน
สมาชิกออกจากคริสตจักรหลังจากใช้ชีวิตอย่างไม่เปลี่ยนแปลง #HorizonHype
กลายเป็นกระแส โรงละครว่างเปล่า ทีมงานของไรลีย์วางแผนสร้างแบรนด์ใหม่
แต่คำพูดของโจน—ความรกร้างว่างเปล่าในมัทธิว 23:15—หลอกหลอนเขา
เขาเข้าร่วมกลุ่มอธิษฐานในห้องเก็บของซึ่งนำโดยพยาบาลชื่ออีธาน
การนมัสการที่กล้าหาญของพวกเขาเผยให้เห็นความว่างเปล่าของ Horizon Light
ไรลีย์มองเห็นความจริง:
การประนีประนอมที่เป็นมิตรต่อผู้แสวงหาได้ให้กำเนิดคริสตจักรที่ไม่กระตือรือร้น
ซึ่งพร้อมที่จะถูกขับออกไป (วิวรณ์ 3:16)

4. เศษซาก

ไรลีย์สารภาพบาปในสวนสาธารณะ "เราสูญเสียพระเยซูไปแล้ว" เขาบอกกับคน 800
คนที่ยังอยู่ เขาเทศนาเรื่องการกลับใจใหม่ โดยตัดเหตุการณ์ที่เกิดขึ้นออกไปอย่างผิวเผิน
ผู้ที่หลงเหลืออยู่ ได้แก่ อีธาน โจน และคนอื่นๆ ยอมรับ "ส่วนที่ดีกว่า" ในลูกา 10:42
พวกเขารับใช้คนไร้บ้านและแบ่งปันความจริง ผู้คลางแคลงใจคนหนึ่งพบศรัทธา
เยาวชนนำการเผยแผ่ศาสนา ผู้ที่หลงเหลืออยู่เปล่งประกายด้วยพระเจ้า
เปิดประตูสู่การประทับอยู่ของพระเยซู

5. คำเตือนจากสวรรค์

การล่มสลายของ Horizon Light เตือนคริสตจักรที่เป็นมิตรกับผู้แสวงหา: การประนีประนอมก่อให้เกิดความเฉื่อยชา (วิวรณ์ 3:16) มัทธิว 23:15 ทำนายถึงความรกร้างว่างเปล่าสำหรับศรัทธาที่เจือจาง
คุณจะไล่ตามความรุ่งโรจน์หรือพระเจ้า? คนที่เหลือแสดงหนทาง: พูดจริง ทำจริง ยอมจำนน เปิดประตูสู่ความจริงของพระเยซู หรือถูกถ่มน้ำลาย
เลือกความสนิทสนมมากกว่าเสียงปรบมือ—ตอนนี้

เรื่องที่ 31: อเมริกาเหนือ – ความตาบอดจากการเติบโตอย่างรวดเร็ว – ภาพลวงตาของ

อนันต์ พระคัมภีร์: ลูกา 10:38-41, วิวรณ์ 3:1-3, มัทธิว 23:15

1. ภาพลวงตา

ในลอสแองเจลิส รัฐแคลิฟอร์เนีย คริสตจักร Infinite Hope ได้เติมเต็มสนามกีฬาที่มีที่นั่ง 16,000 ที่นั่งด้วยพลังอันน่าทึ่ง ศิษยาภิบาลเลียม วัย 41 ปี ที่เคยออกรายการพิเศษทาง Netflix ได้เทศนาเรื่อง "ศรัทธาที่ไร้ขีดจำกัด" ด้วยสไตล์ฮอลลีวูด แอปของคริสตจักรติดตาม "เป้าหมายแห่งพร" และการแสดงนมัสการที่ฉายแสงจากโดรนก็กลายเป็นไวรัล การเข้าถึงทั่วโลกและแคมเปญ #InfiniteHope ดึงดูดผู้ติดตามได้หลายล้านคน สโลแกนของเลียมที่ว่า "ใช้ชีวิตอย่างไร้ขีดจำกัด" ทำให้เกิดเสียงโห่ร้อง แต่คริสตจักรไล่ตามตัวชี้วัดต่างๆ เช่น จำนวนผู้เข้าชม จำนวนที่นั่ง การบริจาค มากกว่าความศักดิ์สิทธิ์ เช่นเดียวกับมาร์ธาในลูกา 10:40 คริสตจักร Infinite Hope "เสียสมาธิกับการรับใช้มากมาย" สร้างภาพลวงตาในขณะที่พระเยซูเคาะประตูนีออน
พระองค์ทรงเรียกให้ลืมเลือนเสียงเรียกนั้นไป

2. เสียงเคาะ

ระหว่างพิธีใหญ่ บรรณารักษ์ชื่อเดโบราห์ยืนขึ้น เธอเตือนว่า "วิวรณ์ 3:1 กล่าวว่า 'เจ้ามีชื่อเสียงว่ายังมีชีวิตอยู่ แต่เจ้าตายไปแล้ว' พระเยซูกำลังเคาะประตู แต่เจ้ากำลังขายอนันต์!" เลียมโบกมือไล่เธอ แต่คำพูดของเธอเจ็บแสบ คืนนั้น เขาอ่านลูกา 10:38-41 โดยถูกตัดสินว่า "สิ่งเดียวที่จำเป็น"
ความคลั่งไคล้ของความหวังที่ไม่มีที่สิ้นสุด—เหตุการณ์ต่างๆ กระแสข่าว
การโฆษณาชวนเชื่อ—สะท้อนถึงความฟุ้งซ่านของมาร์ธา
พระเยซูทรงแสวงหาความใกล้ชิด แต่คริสตจักรกลับขายความยิ่งใหญ่
คำเตือนของเดโบราห์ยังคงค้างอยู่ เลียมรู้สึกถึงการเคาะประตูของพระผู้ช่วยให้รอด

3. วิกฤตการณ์

การรั่วไหลของข้อมูลเผยให้เห็นการฉ้อโกง:
เงินทุนเพื่อการเข้าถึงชุมชนเป็นแรงผลักดันไลฟ์สไตล์ของเลียม #InfiniteScam กลายเป็นกระแส ฝูงชนหายไป ทีมงานของเลียมพยายามแก้ไขประชาสัมพันธ์ แต่คำพูดของเดโบราห์—"ความพินาศอันน่าสะอิดสะเอียน" ในมัทธิว 23:15—หลอกหลอนเขา เขาไปเยี่ยมกลุ่มอธิษฐานในห้องเก็บของของโบสถ์ ซึ่งนำโดยเอสรา คนสวน การนมัสการแบบดิบๆ ของพวกเขาเผยให้เห็นความว่างเปล่าของ Infinite Hope เลียมมองเห็นความจริง:
การเติบโตอย่างรวดเร็วทำให้โบสถ์แห่งนี้กลายเป็นโบสถ์ที่ตายไปแล้ว
ชื่อเสียงของโบสถ์แห่งนี้เป็นเรื่องโกหก (วิวรณ์ 3:1) เชื้อเชิญการพิพากษาของพระเจ้า

4. เศษซาก

เลียมเรียกประชุมเพื่อแสดงความสำนึกผิดในสวนสาธารณะ "เราสูญเสียพระเยซูไปแล้ว" เขาสารภาพต่อผู้คน 2,000 คนที่ยังอยู่

เขาตัดโครงการที่ฉูดฉาดออกไปเพื่อระดมทุนให้กับความต้องการในท้องถิ่น
ส่วนที่เหลือ—เอสรา เดโบราห์ และคนอื่นๆ—ศึกษาวิวรณ์ 3:2:
"จงเสริมสร้างส่วนที่เหลือ" ลูกา 10:42 ชี้แนะพวกเขา: "ส่วนที่ดีกว่า"
พวกเขาให้บริการที่พักพิง ฟื้นฟูความไว้วางใจ หญิงไร้บ้านพบศรัทธา
วัยรุ่นนำการเผยแผ่ศาสนา ส่วนที่เหลือเลือกที่จะมีความสนิทสนม
เปิดประตูสู่การประทับของพระเยซู

5. คำเตือนจากสวรรค์

การล่มสลายของความหวังที่ไม่มีที่สิ้นสุดเตือนคริสตจักรที่เติบโตมากเกินไป:
ความยิ่งใหญ่หลอกลวง วิวรณ์ 3:1 เปิดเผยชื่อเสียงที่ตายไปแล้ว มัทธิว 23:15
ทำนายความรกร้างว่างเปล่าสำหรับภาพลวงตาที่ว่างเปล่า
คุณจะไล่ตามความไม่มีที่สิ้นสุดหรือพระคริสต์ คนที่เหลือแสดงหนทาง: ถ่อมตัว อุทิศตน
ยอมจำนน เปิดประตูให้พระเยซู มิฉะนั้นเชิงเทียนของคุณจะล้ม
เลือกความใกล้ชิดมากกว่าการแสดง—ตอนนี้

เรื่องที่ 32: แอฟริกา – การฟื้นฟูคอร์รัปชัน – ประกายไฟที่ทำให้

ข้อพระคัมภีร์หลงผิด: ลูกา 10:38-41, วิวรณ์ 2:4-5, มัทธิว 23:15

1. ภาพลวงตา

ในเมืองกัมปาลา ประเทศยูกันดา คริสตจักรไซออนเฟลมได้จัดเต็นท์ 10,000
ที่นั่งเพื่อฟื้นฟูจิตวิญญาณ ศิษยาภิบาลรูธ วัย 45 ปี เจ้าของอาณาจักรวิทยุ
ได้เทศนาเรื่องอัศจรรย์ และการชุมนุมของเธอได้รับการถ่ายทอดไปทั่วทั้งทวีป
การบริจาคช่วยสร้างคลินิกและสตูดิโอ แฮชแท็ก #ZionFlame ของเธอติดเทรนด์
ฝูงชนเต้นรำ หว่าน "เมล็ดพันธุ์" เพื่อความเจริญรุ่งเรือง แต่การอธิษฐานก็ลดน้อยลง
การบริจาคเป็นทุนสำหรับความหรูหราของรูธ เช่นเดียวกับมาร์ธาในลูกา 10:40

คริสตจักร "เสียสมาชิกับการรับใช้มาก" ไล่ตามประกายแห่งการฟื้นฟูจิตวิญญาณ
ในขณะที่พระเยซูเคาะประตูผ้าใบของคริสตจักร
พระองค์ทรงสูญเสียการทรงเรียกในความกระตือรือร้น

2. เสียงเคาะ

ในการประกาศข่าวประเสริฐ ผู้อาวุโสคนหนึ่งชื่ออาโมสได้ยืนขึ้น “วิวรณ์ 2:4 บอกว่า ‘เจ้าละทิ้งความรักดั้งเดิมของเจ้าแล้ว’” เขากล่าวเตือน “พระเยซูกำลังเคาะประตู แต่เจ้ากลับแลกพระองค์กับชื่อเสียง!” รูธส่งสัญญาณความปลอดภัย แต่คำพูดของเขาทำให้เจ็บใจ ในคืนนั้น เธออ่านลูกา 10:38-41 โดยถูกตัดสินว่า “สิ่งเดียวที่จำเป็น” ช่วงแรกๆ ของไซอันเฟลม—การอธิษฐานอย่างแรงกล้า การแบ่งปันความรัก—หลงทางไปเพื่อการแสดง พระเยซูทรงแสวงหาความสนิทสนม แต่ความทะเยอทะยานขวางกั้นประตู คำเตือนของอาโมสยังคงก้องอยู่ รูธรู้สึกถึงการเคาะประตูของพระองค์

3. วิกฤตการณ์

การเปิดโปงเผยให้เห็นการรักษาที่จัดฉากขึ้น เงินของคลินิกถูกยักย้ายออกไป #ZionFraud กลายเป็นกระแส และเต็นท์ก็ว่างเปล่า ทีมงานของรูธพยายามหาทางแก้ไขโดยสื่อ แต่คำพูดของอาโมส—ความรกร้างว่างเปล่าในมัทธิว 23:15—ยังคงหลอกหลอนเธอ เธอเข้าร่วมกลุ่มอธิษฐานในสลัมที่นำโดยลีเดีย ช่างเย็บผ้า การนมัสการแบบดิบๆ ของพวกเขาเปิดเผยการทุจริตของไซอันเฟลม รูธมองเห็นความจริง ความทะเยอทะยานดับประกายไฟของคริสตจักร และเชื้อเชิญการพิพากษา (วิวรณ์ 2:5)

4. เศษซาก

รูธจัดพิธีแสดงความสำนึกผิดในทุ่งนา เธอร้องไห้ให้ผู้คน 1,800 คนที่มาร่วมพิธีนี้ฟังว่า "พวกเราสูญเสียพระเยซูไปแล้ว" เธอขายทรัพย์สินเพื่อนำเงินไปช่วยเหลือคนยากจน ส่วนที่เหลือ ได้แก่ ลีเดีย อาโมส และคนอื่นๆ ศึกษาพระธรรมวิวรณ์ 2:5 และกลับคืนสู่ความรักในครั้งแรก ลูกา 10:42 ชี้แนะพวกเขาว่า "ส่วนที่ดีกว่า" พวกเขาเลี้ยงดูเด็กกำพร้าและฟื้นคืนความไว้วางใจ หญิงม่ายพบความหวัง เยาวชนนำการฟื้นฟู ส่วนที่เหลือจุดประกายศรัทธาอีกครั้ง เปิดประตูต้อนรับการเสด็จมาของพระเยซู

5. คำเตือนจากสวรรค์

การล่มสลายของเปลวไฟแห่งไซอันเตือนคริสตจักรแห่งการฟื้นฟู: ความทะเยอทะยานดับศรัทธา วิวรณ์ 2:5 เร่งเร้าให้ "กลับใจเสียใหม่และทำสิ่งที่ท่านเคยทำในตอนแรก" มัทธิว 23:15 ทำนายว่าความรกร้างว่างเปล่าจะเกิดขึ้นกับประกายไฟที่หลงเหลือ คุณจะไล่ตามชื่อเสียงหรือศรัทธา คนที่เหลือจะแสดงให้เห็นหนทาง: ถ่อมตัว บริสุทธิ์ ยอมจำนน เปิดประตูให้พระเยซู มิฉะนั้นไฟของคุณจะดับ เลือกความสนิทสนมมากกว่าความทะเยอทะยาน—ตอนนี้

เรื่องที่ 3 3: เอเชีย – การชำระล้างของการข่มเหง – แสงสว่างในพายุ

พระคัมภีร์: ลูกา 10:38-41, วิวรณ์ 2:10, มัทธิว 23:15

1. ภาพลวงตา

ในหมู่บ้านชายฝั่งแห่งหนึ่งในฟิลิปปินส์ มีคริสตจักรลับแห่งหนึ่งมาประชุมกันที่กระท่อมชาวประมง ศิษยาภิบาลมาเตโอ อดีตกะลาสีเรือ ได้นำผู้เชื่อ 20 คนมาอธิษฐานกันอย่างกระซิบเพื่อหลบเลี่ยงการโจมตีของกลุ่มนอกกฎหมาย พวกเขาแบ่งปลากันกิน ท่องจำพระคัมภีร์ และซ่อนผู้กลับใจใหม่ การข่มเหงทำให้เกิดความสามัคคี คนนอกมองว่าพวกเขาเป็นแสงสว่าง แต่บางคนก็กักตุนอาหารไว้เพราะกลัวการโจมตี ในขณะที่บางคนก็เมินผู้มาใหม่เพราะกลัวการทรยศหักหลัง เช่นเดียวกับมาร์ธาในลูกา 10:40 พวกเขา "ฟุ้งซ่านเพราะการรับใช้มาก" ความอยู่รอดเหนือกว่าการเสียสละ พระเยซูเคาะประตูกระท่อมที่ลอยมาตามน้ำ แต่ความกลัวทำให้เสียงของพระองค์กลบไป

2. เสียงเคาะ

ในระหว่างการประชุมที่เต็มไปด้วยความวุ่นวาย วัยรุ่นคนหนึ่งชื่อลูซพูดขึ้น "วิวรณ์ 2:10 บอกว่า 'จงซื่อสัตย์จนตาย'" เธอเร่งเร้า "พระเยซูกำลังเคาะประตู แต่เรากำลังซ่อนตัวจากการทรงเรียกของพระองค์!" มาเตโอตึงเครียด พี่ชายของลูซถูกตี ความกล้าหาญของเธอทำให้เจ็บใจ คืนนั้น มาเตโออ่านลูกา 10:38-41 โดยถูกตัดสินว่า "สิ่งหนึ่งจำเป็น" การระมัดระวังของคริสตจักร—การสะสมของ การแยกตัว— สะท้อนถึงการเบี่ยงเบนความสนใจของมาร์ธา พระเยซูเสนอการชำระล้าง แต่ความกลัวขวางประตู มาเตโอรู้สึกถึงการเคาะประตูของพระองค์ เร่งเร้าให้กล้าหาญ

3. วิกฤตการณ์

การโจมตีได้เกิดขึ้นและเผากระท่อมหลังนี้หลังจากถูกทรยศ ลูซถูกจับกุม ผู้ศรัทธาบางส่วนหลบหนี บางส่วนซ่อนเสบียงไว้ มาเตโอซึ่งรอดตายได้เผชิญกับความขลาดกลัวของเขา
คำเตือนของลูซ—ความรกร้างว่างเปล่าในมัทธิว 23:15—เป็นความจริง
เขาเข้าร่วมกับกลุ่มที่เหลือในถ้ำซึ่งนำโดยฮวน ชาวนา
คำอธิษฐานที่ไม่เห็นแก่ตัวของพวกเขาเผยให้เห็นความเห็นแก่ตัวของคริสตจักร
มาเตโอเห็นความจริง: การข่มเหงเผยให้เห็นศรัทธาที่ว่างเปล่า
เถ้าถ่านของกระท่อมเป็นสัญญาณของความพินาศทางจิตวิญญาณ

4. เศษซาก

มาเตโอได้รวบรวมคนที่เหลือไว้ ได้แก่ ฮวน ลูซ (ได้รับอิสรภาพ) และอีกสิบคน
"พวกเราปิดกั้นพระเยซูไว้" เขาสารภาพ พวกเขาศึกษาวิวรณ์ 2:10
โดยยึดถือความซื่อสัตย์ที่มีราคาแพง คนที่เหลือแบ่งปลาให้ชาวบ้าน เสี่ยงต่อการถูกจับ ลูกา 10:42 ดลใจพวกเขาว่า "ส่วนที่ดีกว่า" เพื่อนบ้านเปลี่ยนใจเลื่อมใส
เด็กคนหนึ่งเข้าร่วมการนมัสการ ความกล้าหาญของคนที่เหลือจุดประกายพายุ
เปิดประตูสู่ฤทธิ์อำนาจของพระเยซู

5. คำเตือนจากสวรรค์

การทำลายกระท่อมเป็นการเตือนใจคริสตจักรที่ถูกข่มเหง: ความกลัวทรยศต่อศรัทธา
วิวรณ์ 2:10 เรียกร้องให้ซื่อสัตย์จนตาย มัทธิว 23:15
ส่งสัญญาณถึงความรกร้างว่างเปล่าสำหรับใจที่ขี้ขลาด คุณจะเก็บสะสมหรือให้?
คนที่เหลือแสดงให้เห็นหนทาง: กล้าหาญ เสียสละ อุทิศตน
เปิดประตูสู่พันธกิจของพระเยซู มิฉะนั้นการข่มเหงจะทำลายคุณ
เลือกความใกล้ชิดมากกว่าการเอาตัวรอด—ตอนนี้

เรื่องที่ 34: เอเชีย – การชำระล้างของการข่มเหง – ถ่านในขี้เถ้า

พระคัมภีร์: ลูกา 10:38-41, วิวรณ์ 2:10, มัทธิว 23:15

1. ภาพลวงตา

ในหมู่บ้านห่างไกลในอาเจะห์ ประเทศอินโดนีเซีย
มีคริสตจักรลับแห่งหนึ่งมาประชุมกันในกระท่อมมุงจาก ศิษยาภิบาลบูดี อดีตครู
ได้นำผู้เชื่อ 25 คน โดยอธิษฐานกระซิบเพื่อหลีกเลี่ยงการลาดตระเวนตามหลักชารีอะห์
พวกเขาแบ่งปันข้าว ท่องจำพระคัมภีร์ และซ่อนผู้เปลี่ยนใจเลื่อมใสในโรงเก็บของ
การข่มเหงหล่อหลอมความสัมพันธ์ของพวกเขา คนนอกมองว่าพวกเขาเปล่งประกาย
แต่บางคนก็กักตุนอาหารไว้เพราะกลัวการโจมตี
ในขณะที่บางคนก็เมินผู้มาใหม่เพราะกลัวการทรยศ เช่นเดียวกับมาร์ธาในลูกา 10:40
พวกเขา "ฟุ้งซ่านเพราะการรับใช้มาก" ความอยู่รอดบดบังการเสียสละ
พระเยซูเคาะประตูกระท่อมที่บอบบาง แต่ความกลัวทำให้เสียงของพระองค์กลบเสียง

2. เสียงเคาะ

ระหว่างการประชุมตอนเที่ยงคืน หญิงม่ายสาวชื่อซารีพูดขึ้นว่า "วิวรณ์ 2:10 บอกว่า
'จงซื่อสัตย์จนตาย'" เธอเร่งเร้า "พระเยซูกำลังเคาะประตู
แต่เรากำลังหลบซ่อนจากการทรงเรียกของพระองค์!" บูดีสะดุ้ง สามีของซารีถูกฆ่าตาย
ความกล้าหาญของเธอทำให้รู้สึกเจ็บแปลบ ในคืนนั้น บูดีอ่านลูกา 10:38-41
โดยถูกตัดสินว่า "สิ่งหนึ่งจำเป็น" การระมัดระวังของคริสตจักร—การสะสมของ
การแยกตัว—สะท้อนถึงการเบี่ยงเบนความสนใจของมาร์ธา พระเยซูเสนอการชำระล้าง
แต่ความกลัวขวางประตู บูดีรู้สึกถึงการเคาะประตูของพระองค์ เร่งเร้าให้กล้าหาญ

3. วิกฤตการณ์

การโจมตีได้เผากระท่อมหลังนั้นหลังจากถูกทรยศ ซาริถูกจับกุม ผู้ศรัทธาบางส่วนหลบหนี บางส่วนซ่อนเสบียงไว้ บูดีรอดพ้นจากความขลาดกลัวของเขา คำเตือนของซาริ—"ความพินาศอันน่าสะอิดสะเอียน" ในมัทธิว 23:15—เป็นความจริง เขาเข้าร่วมกับกลุ่มที่เหลือในป่าที่โล่งซึ่งมีชาวประมงชื่อวายันเป็นผู้นำ คำอธิษฐานที่ไม่เห็นแก่ตัวของพวกเขาเผยให้เห็นความเห็นแก่ตัวของคริสตจักร บูดีมองเห็นความจริง: การข่มเหงเผยให้เห็นศรัทธาที่ว่างเปล่า เถ้าถ่านของกระท่อมเป็นสัญญาณของความพินาศทางจิตวิญญาณ

4. เศษซาก

บูดีรวบรวมผู้ที่เหลือ—วายัน ซาริ (ได้รับอิสรภาพ) และอีกสิบคน—ไว้ในถ้ำ เขาสารภาพว่า "พวกเราปิดกั้นพระเยซูไว้" พวกเขาศึกษาวิวรณ์ 2:10 โดยยึดมั่นในความซื่อสัตย์ที่มีค่าใช้จ่ายสูง ผู้ที่เหลือแบ่งปันพืชผลกับชาวบ้าน เสี่ยงต่อการถูกจับ ลูกา 10:42 ดลใจพวกเขา: "ส่วนที่ดีกว่า" เพื่อนบ้านเปลี่ยนใจเลื่อมใส เด็กคนหนึ่งเข้าร่วมการนมัสการ ความกล้าหาญของผู้ที่เหลือจุดเถ้าถ่านขึ้น และเปิดประตูสู่ฤทธิ์อำนาจของพระเยซู

5. คำเตือนจากสวรรค์

การทำลายกระท่อมเป็นการเตือนใจคริสตจักรที่ถูกข่มเหง: ความกลัวทรยศต่อศรัทธา วิวรณ์ 2:10 เรียกร้องให้ซื่อสัตย์จนตาย มัทธิว 23:15 ส่งสัญญาณถึงความรกร้างว่างเปล่าสำหรับใจที่ขี้ขลาด คุณจะเก็บสะสมหรือให้? คนที่เหลือแสดงให้เห็นหนทาง: กล้าหาญ เสียสละ อุทิศตน เปิดประตูสู่พันธกิจของพระเยซู มิฉะนั้นการข่มเหงจะทำลายคุณ เลือกความใกล้ชิดมากกว่าการเอาตัวรอด—ตอนนี้

เรื่องที่ 35: ยุโรป – ประเพณีแห่งความตาย – ศาลเจ้าแห่งเงา

พระคัมภีร์: ลูกา 10:38-41, วิวรณ์ 2:5, มัทธิว 23:15

1. ภาพลวงตา

ในเมืองเซบียา ประเทศสเปน มหาวิหารนูเอ สตรา เซ โญรา
โดดเด่นด้วยความยิ่งใหญ่อลังการแบบโกธิก แท่นบูชาดึงดูดนักท่องเที่ยว บาทหลวงดิเอโก
ซึ่งเป็นนักบวชวัย 60 ปี เป็นผู้นำพิธีกรรมให้กับฝูงแกะที่ลดน้อยลง
มีการสวดบทสวดกันอย่างกึกก้อง และพระธาตุเป็นทุนในการดูแล ดิเอโกรักประเพณี
โดยมองว่าพิธีกรรมเป็นความศรัทธา แต่พิธีกรรมนั้นเป็นเพียงกิจวัตรประจำวัน
จิตใจเย็นชา เช่นเดียวกับมาร์ธาในลูกา 10:40 นูเอส ตรา เซโญรา
"วอกแวกเพราะการรับใช้มาก"
โดยรักษารูปแบบเอาไว้ในขณะที่พระเยซูเคาะประตูหินของมหาวิหาร
โดยเสียงเรียกของพระองค์หายไปในควันธูป

2. เสียงเคาะ

ระหว่างพิธีมิสซา ผู้อพยพชาวโมร็อกโกชื่อฟาติมาได้ยืนขึ้น เธอเตือนว่า "วิวรณ์ 2:5 บอกว่า 'จงกลับใจเสียใหม่และทำสิ่งที่เจ้าทำในตอนแรก' " "พระเยซูกำลังเคาะประตู แต่เจ้าบูชาเงา!" ดิเอโกกระเซิงใจและพาเธอออกไป แต่คำพูดของเธอยังคงไม่หายไป คืนนั้น เขาอ่านลูกา 10:38-41 และสะดุดกับ "สิ่งที่จำเป็นอย่างหนึ่ง" พิธีกรรมของนูเอสตรา เซโญรา ที่เคยมีชีวิตชีวา ตอนนี้กลายเป็นศาลเจ้าแห่งเงา
พระเยซูทรงแสวงหาการฟื้นคืนชีพ แต่ประเพณีกลับปิดกั้นประตู
คำเตือนของฟาติมายังคงก้องอยู่ ดิเอโกรู้สึกถึงการเคาะประตูของพระองค์

3. วิกฤตการณ์

ไฟไหม้ทำลายพระบรมสารีริกธาตุของอาสนวิหาร เผยให้เห็นถึงการบริหารจัดการที่ละเลย ผู้บริจาคต่างพากันหนีไป ม้านั่งว่างเปล่า เพื่อนๆ ของดิเอโกพยายามฟื้นฟู แต่คำพูดของฟาติมา— ความรกร้างว่างเปล่าในมัทธิว 23:15—ยังคงหลอกหลอนเขา เขาเข้าร่วมกลุ่มสวดภาวนาของเยาวชนในโบสถ์แห่งหนึ่ง ซึ่งนำโดยโซเฟีย บาริสต้า การนมัสการอย่างแรงกล้าของพวกเขาเผยให้เห็นถึง ความไม่มีชีวิตชีวา ของนูเอสตรา เซโญรา ดิเอโกมองเห็นความจริง ประเพณีได้ฝังรากลึกอยู่ในศรัทธา และเชื้อเชิญการพิพากษา (วิวรณ์ 2:5)

4. เศษซาก

ดิเอโกได้จัดงานไว้อาลัยที่จัตุรัส "พวกเราสูญเสียพระเยซูไป" เขาสารภาพต่อผู้คน 250 คนที่มาร่วมพิธี เขายอมแลกความโอ่อ่าหรูหรากับการศึกษาพระคัมภีร์ ส่วนที่เหลือ—โซเฟีย ฟาติมา และคนอื่นๆ—ยอมรับคำเรียกร้องให้กลับใจในวิวรณ์ 2:5 ลูกา 10:42 ชี้แนะพวกเขาว่า "ส่วนที่ดีกว่า" พวกเขาปรนนิบัติผู้อพยพ ฟื้นฟูการนมัสการ ผู้คลางแคลงใจคนหนึ่งพบศรัทธา ครอบครัวหนึ่งคืนดีกัน ส่วนที่เหลือหายใจมีชีวิตขึ้น เปิดประตูต้อนรับการประทับของพระเยซู

5. คำเตือนจากสวรรค์

Nuestra Señora เตือนคริสตจักรในยุโรปว่าประเพณีที่ไม่มีพระเยซูคือความตาย วิวรณ์ 2:5 เร่งเร้าให้ "ทำสิ่งที่ท่านเคยทำในตอนแรก" มัทธิว 23:15 ทำนายว่าพิธีกรรมที่ไม่มีชีวิตจะรกร้างว่างเปล่า คุณจะยึดมั่นในรูปแบบหรือศรัทธาหรือไม่ คนที่เหลือจะแสดงให้เห็นหนทาง: มีชีวิต ถ่อมตัว ยอมจำนน เปิดประตูให้พระเยซู มิฉะนั้นตะเกียงของคุณจะล้ม เลือกความสนิทสนมมากกว่าสถาบัน—ตอนนี้

เรื่องที่ 3 6: อเมริกาใต้ – การเป็นสาวก – รากที่เหี่ยวเฉา

พระคัมภีร์: ลูกา 10:38-41, วิวรณ์ 3:15-16, มัทธิว 23:15

1. ภาพลวงตา

ในเมืองลิมา ประเทศเปรู คริสตจักร Nueva Vida มีสมาชิกเพิ่มขึ้นถึง 7,000 คน ศิษยาภิบาล Camila ผู้มีอิทธิพลในวัย 38 ปี เทศนาเรื่องศรัทธาทันที โดยให้บัพติศมาแก่ผู้คนหลายร้อยคนโดยแทบไม่มีการสอนใดๆ การปฏิบัติธรรมแบบหรูหราและคลิปวิดีโอบน Instagram ดึงดูดเยาวชน และแฮชแท็ก #NuevaVida กลายเป็นกระแส การเติบโตของคริสตจักรทำให้ห้องโถงที่ทันสมัยเต็มไปด้วยผู้คน โดยสัญญาว่าจะ "ศรัทธาอย่างรวดเร็ว" แต่ผู้เปลี่ยนใจเลื่อมใสกลับใจและไม่ได้รับคำแนะนำ ผู้นำละเลยความลึกซึ้งเพื่อสร้างกระแส เช่นเดียวกับมาร์ธาในลูกา 10:40 คริสตจักร Nueva Vida "เสียสมาธิเพราะการรับใช้มาก" หว่านรากตื้นๆ ในขณะที่พระเยซูเคาะประตูกระจก เสียงเรียกของพระองค์กลบด้วยเสียงปรบมือ

2. เสียงเคาะ

ในการชุมนุมรับบัพติศมา มิชชันนารีชื่อฮาเวียร์ยืนขึ้น “วิวรณ์ 3:15 บอกว่า ‘เจ้าไม่กระตือรือร้น’” เขากล่าวเตือน “พระเยซูกำลังเคาะประตู แต่ทางลัดของคุณปิดกั้นพระองค์!” กามิลาเยาะเย้ย แต่คำพูดของเขากระทบใจเธอ คืนนั้น เธออ่านลูกา 10:38-41 โดยถูกตัดสินว่า “มีสิ่งหนึ่งเท่านั้นที่จำเป็น” การรับบัพติศมาอย่างรวดเร็วของ Nueva Vida ข้ามการเป็นสาวกไป พระเยซูเสนอความลึกซึ้ง แต่คริสตจักรเลือกความง่ายดาย คำเตือนของฮาเวียร์ยังคงวนเวียนอยู่ กามิลาสัมผัสได้ถึงการเคาะประตูของพระองค์

3. วิกฤตการณ์

เกิดเรื่องอื้อฉาวขึ้น: ผู้นำที่ไม่ได้รับการฝึกอบรมละเลยการติดยาของวัยรุ่น
ส่งผลให้เกิดโศกนาฏกรรม #NuevaVidaFail กลายเป็นกระแสนิยม
สมาชิกออกจากทีม ทีมงานของ Camila วางแผนเปลี่ยนแปลงประชาสัมพันธ์
แต่คำพูดของ Javier—ความรกร้างว่างเปล่าในมัทธิว 23:15—ยังคงหลอกหลอนเธอ
เธอเข้าร่วมการศึกษาพระคัมภีร์ในบาริโอ ซึ่งนำโดยพยาบาลชื่อ Elena
ศรัทธาอันลึกซึ้งของพวกเขาเผยให้เห็นความตื้นเขินของ Nueva Vida Camila
มองเห็นความจริง: ทางลัดทำให้ผลผลิตเติบโตอย่างเฉื่อยชา พร้อมที่จะถูกคายทิ้ง (วิวรณ์ 3:16)

4. เศษซาก

กามิลาสารภาพบาปในลานกว้าง เธอบอกกับผู้คน 1,500 คนที่ยังอยู่ที่ลานกว้างว่า "พวกเราทำให้พระเยซูผิดหวัง"
เธอเริ่มโครงการให้คำปรึกษาแทนการแก้ปัญหาเฉพาะหน้า กลุ่มคนที่เหลือ ได้แก่ เอเลน่า คาเวียร์ และคนอื่นๆ ยอมรับ "ส่วนที่ดีกว่า" ในลูกา 10:42
พวกเขาเป็นสาวกของเยาวชนและฟื้นคืนความไว้วางใจ พ่อพบจุดมุ่งหมาย
วัยรุ่นนำเพื่อนมาสู่พระคริสต์
กลุ่มคนที่เหลือหยั่งรากลึกและเปิดประตูสู่ความจริงของพระเยซู

5. คำเตือนจากสวรรค์

การล่มสลายของ Nueva Vida เตือนคริสตจักรให้ใช้ทางลัด:
ศรัทธาที่ไม่กระตือรือร้นเชื้อเชิญการปฏิเสธ (วิวรณ์ 3:16) มัทธิว 23:15
ทำนายว่ารากที่เหี่ยวเฉาจะรกร้างว่างเปล่า คุณจะเร่งรีบหรือเอาใจใส่
คนที่เหลือจะแสดงให้เห็นหนทาง: อดทน หยั่งรากลึก ทุ่มเท
เปิดประตูสู่ความลึกซึ้งของพระเยซู มิฉะนั้นผลผลิตของคุณจะเหี่ยวเฉา
เลือกความสนิทสนมมากกว่าความสบาย—ตอนนี้

เรื่องที่ 37: อเมริกาใต้ – การเป็นสาวก – ดอกไม้ที่เหี่ยวเฉา

พระคัมภีร์: ลูกา 10:38-41, วิวรณ์ 3:15-16, มัทธิว 23:15

1. ภาพลวงตา

ในซานติอาโก ประเทศชิลี โบสถ์ Iglesia de la Luz เจริญรุ่งเรืองด้วยสมาชิก 6,500 คน ศิษยาภิบาล Daniela อายุ 40 ปี เจ้าของช่อง YouTube ที่กลายเป็นไวรัล เทศนาเรื่องความรอดในทันที โดยให้บัพติศมาแก่ผู้คนหลายร้อยคนโดยแทบไม่มีผู้ติดตามเลย ค่ายที่อลังการและคลิปวิดีโอ #LuzViva ดึงดูดเยาวชน ทำให้โบสถ์แห่งนี้เต็มไปหมด โบสถ์แห่งนี้เติบโตจนสัญญาว่าจะ "มีศรัทธาในสี่สัปดาห์" แต่ผู้เปลี่ยนใจเลื่อมใสกลับละเลยและไม่ได้รับคำแนะนำ ผู้นำแสวงหาความยิ่งใหญ่มากกว่าความลึกซึ้ง เช่นเดียวกับมาร์ธาในลูกา 10:40 โบสถ์ Iglesia de la Luz "ฟุ้งซ่านเพราะการรับใช้มาก" หว่านดอกไม้ตื้น ๆ ในขณะที่พระเยซูเคาะประตูแก้ว เสียงเรียกของพระองค์กลบด้วยเสียงเชียร์

2. เสียงเคาะ

ในการชุมนุมรับบัพติศมา มิชชันนารีชื่อปาโบลยืนขึ้น “วิวรณ์ 3:15 บอกว่า ‘เจ้าไม่กระตือรือร้น’” เขากล่าวเตือน “พระเยซูกำลังเคาะประตู แต่ทางลัดของคุณปิดกั้นพระองค์!” ดาเนียลาเยาะเย้ย แต่คำพูดของเขากระทบใจเธอ คืนนั้น เธออ่านลูกา 10:38-41 โดยถูกตัดสินว่า “จำเป็นเพียงสิ่งเดียว” การรับบัพติศมาอย่างรวดเร็วของ Iglesia de la Luz ละเลยการเป็นสาวก พระเยซูเสนอความลึกซึ้ง แต่คริสตจักรเลือกความง่ายดาย คำเตือนของปาโบลยังคงวนเวียนอยู่ ดาเนียลาสัมผัสได้ถึงการเคาะประตูของพระองค์

3. **วิกฤตการณ์**

โศกนาฏกรรมเกิดขึ้น: ผู้เปลี่ยนใจเลื่อมใสใหม่คนหนึ่งกลับใจใหม่อีกครั้ง
โดยผู้นำที่ไม่ได้รับการฝึกอบรมเพิกเฉย ทำให้เกิดความโกรธแค้น #LuzFalsa
กลายเป็นกระแสนิยม สมาชิกต่างพากันหนีไป
ทีมงานของดาเนียลาได้วางแผนเปลี่ยนแปลงประชาสัมพันธ์ แต่คำพูดของปาโบล—
"ความพินาศอันน่าสะอิดสะเอียน" ในมัทธิว 23:15—ยังคงหลอกหลอนเธอ
เธอเข้าร่วมการศึกษาพระคัมภีร์ในสลัม โดยมีโซเฟียเป็นครู
ศรัทธาอันลึกซึ้งของพวกเขาเผยให้เห็น ความตื้นเขินของ Iglesia de la Luz
ดาเนียลาเห็นความจริง: ทางลัดทำให้ผลผลิตเติบโตอย่างเฉื่อยชา พร้อมที่จะถูกคายทิ้ง
(วิวรณ์ 3:16)

4. **เศษซาก**

Daniela ได้สารภาพบาปในลานกว้าง เธอบอกกับผู้คน 1,200
คนที่ยังอยู่ที่ลานกว้างว่า "พวกเราทำให้พระเยซูผิดหวัง"
เธอเริ่มโครงการให้คำปรึกษาแทนการแก้ปัญหาเฉพาะหน้า กลุ่มคนที่เหลือ ได้แก่ โซเฟีย
ปาโบล และคนอื่นๆ ยอมรับ "ส่วนที่ดีกว่า" ในลูกา 10:42
พวกเขาเป็นสาวกของเยาวชนและฟื้นคืนความไว้วางใจ แม่คนหนึ่งพบจุดมุ่งหมาย
วัยรุ่นคนหนึ่งนำเพื่อนมาสู่พระคริสต์
กลุ่มคนที่เหลือหยั่งรากลึกและเปิดประตูสู่ความจริงของพระเยซู

5. **คำเตือนจากสวรรค์**

Iglesia de la Luz เตือนให้คริสตจักรใช้ทางลัด:
ศรัทธาที่ไม่กระตือรือร้นเชื้อเชิญการปฏิเสธ (วิวรณ์ 3:16) มัทธิว 23:15
ทำนายว่าดอกไม้ที่เหี่ยวเฉาจะเหี่ยวเฉา คุณจะเร่งรีบหรือเอาใจใส่
คนที่เหลือจะแสดงให้เห็นหนทาง: อดทน หยั่งรากลึก ทุ่มเท

เปิดประตูสู่ความลึกซึ้งของพระเยซู มิฉะนั้นผลผลิตของคุณจะเหี่ยวเฉา เลือกความสนิทสนมมากกว่าความสบาย—ตอนนี้

เรื่องที่ 38: ออสเตรเลีย – เป็นมิตรกับผู้แสวงหา – หมอกแห่งความสามัคคี

พระคัมภีร์: ลูกา 10:38-41, วิวรณ์ 3:15-16, มัทธิว 23:15

1. ภาพลวงตา

ในเมืองเพิร์ธ ประเทศออสเตรเลีย โบสถ์ Unity Wave ได้เติมเต็มห้องประชุมที่มีที่นั่ง 4,000 ที่นั่ง ศิษยาภิบาลโอเวน วัย 34 ปี เจ้าของพอดแคสต์ยอดนิยม ได้เทศนาข้อความดีๆ เพื่อหลีกเลี่ยงบาป แอปของโบสถ์เสนอ "การอธิษฐานเพื่อสันติ" และเลานจ์ของโบสถ์ยังเป็นเจ้าภาพจัดงานแสดงศิลปะ #UnityWave ดึงดูดผู้แสวงหาเป้าหมายรุ่นเยาว์ สโลแกนของโอเวนคือ "ค้นหาความสามัคคีของคุณ" ที่นั่งเต็ม แต่ความจริงถูกทำให้อ่อนลง การกลับใจถูกละเลยไป เช่นเดียวกับมาร์ธาในลูกา 10:40 Unity Wave "เสียสมาธิจากการรับใช้มาก" เปล่งประกายเพื่อผู้แสวงหาในขณะที่พระเยซูเคาะประตูสมัยใหม่ การทรงเรียกของพระองค์หายไปในบรรยากาศ

2. เสียงเคาะ

ในพิธี "ประสานเสียง" ผู้อาวุโสคนหนึ่งชื่อมาร์กาเร็ตยืนขึ้น "วิวรณ์ 3:15 บอกว่า 'เจ้าไม่กระตือรือร้น'" เธอเตือน "พระเยซูกำลังเคาะประตู แต่เจ้ากลับปิดกั้นพระองค์ไว้ไม่ให้อุทธรณ์!" โอเวนเบี่ยงประเด็น แต่คำพูดของเธอเจ็บแสบ คืนนั้น เขาอ่านลูกา 10:38-41 โดยถูกตัดสินว่า "จำเป็นเพียงสิ่งเดียว" คำเทศนาตามกระแสของ Unity Wave ขาดความจริง พระเยซูทรงเสนอการตัดสิน แต่การประนีประนอมทำให้ประตูปิดลง คำเตือนของมาร์กาเร็ตยังคงค้างอยู่ โอเวนรู้สึกถึงการเคาะประตูของพระองค์

3. **วิกฤตการณ์**

การเปิดโปงแบบไวรัลเผยให้เห็นคำสอนที่ตื้นเขิน
ชีวิตที่ไม่เปลี่ยนแปลงทำให้สมาชิกถอยห่าง #UnityHaze กลายเป็นกระแส
ห้องประชุมว่างเปล่า ทีมงานของโอเวนวางแผนสร้างแบรนด์ใหม่
แต่คำพูดของมาร์กาเร็ต—ความรกร้างว่างเปล่าในมัทธิว 23:15—หลอกหลอนเขา
เขาเข้าร่วมกลุ่มอธิษฐานในห้องหลังบ้านซึ่งนำโดยเลียม นักเล่นเซิร์ฟ
การนมัสการที่กล้าหาญของพวกเขาเปิดเผยความว่างเปล่าของ Unity Wave
โอเวนมองเห็นความจริง:
การประนีประนอมที่เป็นมิตรต่อผู้แสวงหาได้ให้กำเนิดคริสตจักรที่ไม่กระตือรือร้น
ซึ่งพร้อมที่จะถูกขับออกไป (วิวรณ์ 3:16)

4. **เศษซาก**

โอเวนสารภาพบาปในสวนสาธารณะ “เราสูญเสียพระเยซูไปแล้ว” เขาบอกกับคน 700
คนที่ยังอยู่ เขาเทศนาเรื่องการกลับใจโดยตัดเหตุการณ์ที่เกิดขึ้นออกไปอย่างผิวเผิน
ส่วนที่เหลือ—เลียม มาร์กาเร็ต และคนอื่นๆ—ยอมรับ “ส่วนที่ดีกว่า” ในลูกา 10:42
พวกเขารับใช้คนไร้บ้านและแบ่งปันความจริง ผู้คลางแคลงใจคนหนึ่งพบศรัทธา
เยาวชนนำการเผยแผ่ศาสนา ส่วนที่เหลือส่องประกายด้วยพระเจ้า
เปิดประตูสู่การประทับของพระเยซู

5. **คำเตือนจากสวรรค์**

การล่มสลายของ Unity Wave เตือนคริสตจักรที่เป็นมิตรกับผู้แสวงหา:
การประนีประนอมทำให้เกิดความเฉื่อยชา (วิวรณ์ 3:16) มัทธิว 23:15
ทำนายถึงความรกร้างว่างเปล่าสำหรับศรัทธาที่เจือจาง
คุณจะไล่ตามความสามัคคีหรือพระเจ้าหรือไม่? คนที่เหลือแสดงให้เห็นหนทาง: พูดจริง

ทำจริง ยอมจำนน เปิดประตูสู่ความจริงของพระเยซู หรือถูกถ่มน้ำลาย
เลือกความสนิทสนมมากกว่าเสียงปรบมือ—ตอนนี้

เรื่องที่ 3 9: การข่มเหงทั่วโลก – คริสตจักรใต้ดิน – แสงเรืองรองในความมืดมน

พระคัมภีร์: ลูกา 10:38-41, วิวรณ์ 2:10, มัทธิว 23:15

1. ภาพลวงตา

ในเมืองแอสมารา ประเทศเอริเทรีย มีคริสตจักรลับแห่งหนึ่งประชุมกันในห้องใต้ดินที่ทรุดโทรม ศิษยาภิบาลโยนาส อดีตเสมียน ได้นำผู้เชื่อ 30 คน โดยปิดปากอธิษฐานเพื่อหลบเลี่ยงตำรวจลับ พวกเขาแบ่งปันขนมปัง ท่องจำพระคัมภีร์ และซ่อนผู้กลับใจใหม่ การข่มเหงทำให้เกิดความสามัคคี คนนอกมองว่าพวกเขาเปล่งประกาย แต่บางคนก็กักตุนอาหารไว้เพราะกลัวถูกจับกุม ส่วนคนอื่น ๆ ก็เมินเฉยต่อผู้มาใหม่เพราะกลัวถูกทรยศ เช่นเดียวกับมาร์ธาในลูกา 10:40 พวกเขา "ฟุ้งซ่านเพราะการรับใช้มาก" ความอยู่รอดเหนือกว่าการเสียสละ พระเยซูเคาะประตูกับดักในห้องใต้ดิน แต่ความกลัวทำให้เสียงของพระองค์กลบไปหมด

2. เสียงเคาะ

ในระหว่างการประชุมที่เงียบๆ วัยรุ่นคนหนึ่งชื่อเอเดนพูดขึ้น "วิวรณ์ 2:10 บอกว่า 'จงซื่อสัตย์จนตาย'" เธอเร่งเร้า "พระเยซูกำลังเคาะประตู แต่เรากำลังซ่อนตัวจากการทรงเรียกของพระองค์!" โยนาสตึงเครียด พ่อของเอเดนถูกจำคุก ความกล้าหาญของเธอทำให้เจ็บใจ คืนนั้น โยนาสอ่านลูกา 10:38-41 โดยถูกตัดสินว่า "จำเป็นเพียงสิ่งเดียว" การระมัดระวังของคริสตจักร—การสะสมของ การแยกตัว— สะท้อนถึงการเบี่ยงเบนความสนใจของมาร์ธา พระเยซูเสนอการชำระล้าง แต่ความกลัวขวางประตู โยนาสรู้สึกถึงการเคาะประตูของพระองค์ เร่งเร้าให้กล้าหาญ

3. วิกฤตการณ์

เกิดการจู่โจมและเปิดโปงห้องใต้ดินหลังจากถูกทรยศ เอเดนถูกจับกุม ผู้เชื่อบางคนหลบหนี คนอื่นซ่อนเสบียง โยนาสรอดตายและเผชิญกับความขลาดกลัวของเขา คำเตือนของเอเดน—ความรกร้างว่างเปล่าในมัทธิว 23:15—เป็นความจริง เขาเข้าร่วมกับกลุ่มที่เหลือในอุโมงค์ซึ่งนำโดยรูธ คนทำขนมปัง คำอธิษฐานที่ไม่เห็นแก่ตัวของพวกเขาเปิดเผยความเห็นแก่ตัวของคริสตจักร โยนาสมองเห็นความจริง การข่มเหงเผยให้เห็นศรัทธาที่ว่างเปล่า ความมืดมนของห้องใต้ดินเป็นสัญญาณของความพินาศทางจิตวิญญาณ

4. เศษซาก

โยนาสรวบรวมคนที่เหลือ ได้แก่ รูธ เอเดน (เป็นอิสระ) และอีกสิบสองคน "พวกเราปิดกั้นพระเยซู" เขาสารภาพ พวกเขาศึกษาวิวรณ์ 2:10 โดยยอมรับความซื่อสัตย์ที่มีค่าใช้จ่ายสูง คนที่เหลือแบ่งปันอาหารกับเพื่อนบ้านเสี่ยงต่อการถูกจับ ลูกา 10:42 ดลใจพวกเขา: "ส่วนที่ดีกว่า" ทหารรักษาการณ์เปลี่ยนใจเลื่อมใส ครอบครัวหนึ่งเข้าร่วมการนมัสการ ความกล้าหาญของคนที่เหลือจุดประกายความมืดมน เปิดประตูสู่ฤทธิ์อำนาจของพระเยซู

5. คำเตือนจากสวรรค์

การพิจารณาคดีในห้องใต้ดินเตือนคริสตจักรใต้ดินว่า ความกลัวทรยศต่อศรัทธา วิวรณ์ 2:10 เรียกร้องให้ซื่อสัตย์จนตาย มัทธิว 23:15 ส่งสัญญาณถึงความรกร้างว่างเปล่าสำหรับใจที่ขี้ขลาด คุณจะเก็บสะสมหรือให้? คนที่เหลือแสดงให้เห็นหนทาง: กล้าหาญ เสียสละ อุทิศตน เปิดประตูสู่พันธกิจของพระเยซู มิฉะนั้นการข่มเหงจะทำลายคุณ เลือกความใกล้ชิดมากกว่าการเอาตัวรอด—ตอนนี้

เรื่องที่ 4 0: การข่มเหงทั่วโลก – คริสตจักรใต้ดิน – เสียงกระซิบในฝุ่น

พระคัมภีร์: ลูกา 10:38-41, วิวรณ์ 2:10, มัทธิว 23:15

1. ภาพลวงตา

ในกรุงโมกาดิชู ประเทศโซมาเลีย มีคริสตจักรลับแห่งหนึ่งประชุมกันในโกดังที่พังทลาย ศิษยาภิบาลฮัสซัน อดีตชาวประมง นำผู้เชื่อ 20 คน โดยอธิษฐานกระซิบเพื่อหลีกเลี่ยงการโจมตีของกองกำลังติดอาวุธ พวกเขานัดพบกัน ท่องจำพระคัมภีร์ และซ่อนผู้เปลี่ยนใจเลื่อมใส การข่มเหงหล่อหลอมความสัมพันธ์ของพวกเขา คนนอกมองว่าพวกเขาเปล่งประกาย แต่บางคนก็กักตุนเสบียงเพราะกลัวการโจมตี ในขณะที่บางคนก็เมินผู้มาใหม่เพราะกลัวการทรยศ เช่นเดียวกับมาร์ธาในลูกา 10:40 พวกเขา "ฟุ้งซ่านเพราะการรับใช้มาก" ความอยู่รอดบดบังการเสียสละ พระเยซูเคาะประตูโกดังที่พัง แต่ความกลัวทำให้เสียงของพระองค์กลบเสียง

2. เสียงเคาะ

ระหว่างการประชุมตอนเช้า คุณแม่ยังสาวชื่ออามินาพูดขึ้น "วิวรณ์ 2:10 บอกว่า 'จงซื่อสัตย์จนตาย'" เธอเร่งเร้า "พระเยซูกำลังเคาะประตู แต่เรากำลังซ่อนตัวจากการทรงเรียกของพระองค์!" ฮัสซันสะดุ้ง สามีของอามินาถูกฆ่า ความกล้าหาญของเธอทำให้เจ็บใจ คืนนั้น ฮัสซันอ่านลูกา 10:38-41 โดยถูกตัดสินว่า "สิ่งเดียวที่จำเป็น" การระมัดระวังของคริสตจักร—การสะสมของ การแยกตัว— สะท้อนถึงการเบี่ยงเบนความสนใจของมาร์ธา พระเยซูเสนอการชำระล้าง แต่ความกลัวขวางประตู ฮัสซันรู้สึกถึงการเคาะประตูของพระองค์ เร่งเร้าให้กล้าหาญ

3. **วิกฤตการณ์**

การโจมตีได้เผาโกดังหลังจากถูกทรยศ อามีนาถูกจับกุม ผู้เชื่อบางคน หลบหนี คนอื่นซ่อนอาหาร ฮัสซันรอดพ้นจากความขลาดกลัวของเขา คำเตือนของอามีนา—ความรกร้างว่างเปล่าในมัทธิว 23:15—เป็นความจริง
เขาไปสมทบกับกลุ่มที่เหลือในท่อระบายน้ำ ซึ่งนำโดยยูซุฟ ช่างไม้
คำอธิษฐานที่ไม่เห็นแก่ตัวของพวกเขาเผยให้เห็นความเห็นแก่ตัวของคริสตจักร
ฮัสซันมองเห็นความจริง การข่มเหงเผยให้เห็นศรัทธาที่ว่างเปล่า
ฝุ่นในโกดังเป็นสัญญาณของความพินาศทางจิตวิญญาณ

4. **เศษซาก**

ฮัสซันรวบรวมคนที่เหลือ ได้แก่ ยูซุฟ อามีนา (ได้รับอิสรภาพ) และอีกสิบคน
"เราได้ปิดกั้นพระเยซูไว้" เขาสารภาพ พวกเขาศึกษาวิวรณ์ 2:10
โดยยึดมั่นในความซื่อสัตย์ที่มีค่าใช้จ่ายสูง คนที่เหลือแบ่งปันน้ำกับเพื่อนบ้าน
เสี่ยงต่อการถูกจับ ลูกา 10:42 ดลใจพวกเขา: "ส่วนที่ดีกว่า"
สมาชิกกองกำลังอาสาสมัครเปลี่ยนใจเลื่อมใส เด็กคนหนึ่งเข้าร่วมการนมัสการ
ความกล้าหาญของคนที่เหลือจุดฝุ่นขึ้นและเปิดประตูสู่พลังอำนาจของพระเยซู

5. **คำเตือนจากสวรรค์**

การพิจารณาคดีในโกดังเตือนคริสตจักรใต้ดินว่า ความกลัวทรยศต่อศรัทธา วิวรณ์ 2:10
เรียกร้องให้ซื่อสัตย์จนตาย มัทธิว 23:15
ส่งสัญญาณถึงความรกร้างว่างเปล่าสำหรับใจที่ขี้ขลาด คุณจะเก็บสะสมหรือให้?
คนที่เหลือแสดงให้เห็นหนทาง: กล้าหาญ เสียสละ อุทิศตน
เปิดประตูสู่พันธกิจของพระเยซู มิฉะนั้นการข่มเหงจะทำลายคุณ
เลือกความใกล้ชิดมากกว่าการเอาตัวรอด—ตอนนี้

บทสรุป: ประตูยังคงรออยู่

เรื่องราวสุดท้ายค่อยๆจางหายไป...
แต่เสียง **เคาะกลับดังขึ้นเรื่อย** ๆ

พระเยซูยังคงยืนอยู่ที่ประตูคริสตจักรทั่วโลก
เสียงของพระองค์ดังก้องกังวานท่ามกลางเสียงรบกวน
พระองค์ตรัสอย่างเร่งด่วนและไม่หวั่นไหว

"ข้าพเจ้าอยู่ที่นี่ ข้าพเจ้ายืนเคาะประตู..."
— วิวรณ์ 3:20

คุณได้เดินทางผ่านเรื่องราวที่กระตุ้นจิตใจ 40 เรื่องจากทั่วทุกทวีป—
เรื่องราวที่เต็มไปด้วยความจริง ไฟ และคำเตือน
จากสงครามครูเสดครั้งใหญ่ในไนโรบีไปจนถึงด่านหน้าอันห่างไกลของแอนตาร์กติกา
จากลากอสไปจนถึงอาเลปโป จากอาสนวิหารไปจนถึงห้องใต้ดิน—
เรื่องราวแต่ละเรื่องได้เปิดเผยความจริงที่น่าสะเทือนใจ:

- ความ **แวววาวของการเติบโตแบบก้าวกระโดด**
- ความ **โลภในการฟื้นฟูอันเท็จ**
- โซ่ **ตรวนแห่งประเพณีอันไร้ชีวิตชีวา**
- ความ **เปราะบางของการเป็นสาวกที่ตื้นเขิน**
- หมอก **แห่งความเป็นมิตรของผู้แสวงหา**
- ความ **หวาดกลัวที่ครอบงำความเป็นเพื่อน**

แต่ละคนก็ทำตามรูปแบบดังนี้:

ภาพลวงตา. เคาะ. วิกฤต. เศษซาก. คำเตือนจากสวรรค์

แต่ละคนกระซิบหรือตะโกนถึงความจริงเดียวกัน:
พระเยซูกำลังเรียกคริสตจักรของพระองค์กลับมาหาพระองค์

คริสตจักรมาร์ธาต้องเลือก

ลูกา 10:38-41 ทำให้เราเผชิญหน้ากับภาพของ **มาร์ธา**
ที่วอกแวกไปกับการกระทำของเธอ ในขณะที่ **มารีย์** เลือก "ส่วนที่ดีกว่า"
นั่นคือการนั่งที่พระบาทของพระเยซู

เราในฐานะคริสตจักรโลกยังคงเล่นเป็นมาร์ธาอยู่หรือไม่?

- ทวีคูณการบริการแต่ **ขาดพระผู้ช่วยให้รอด** ?
- สร้างแพลตฟอร์มแต่ละเลยการ **มีอยู่** ?
- มุ่งเน้นที่ฝูงชน เงินสด และเนื้อหา แต่ยังห่างไกลจาก **พระคริสต์** ?

มัทธิว 23:15 สะท้อนเสียงคร่ำครวญของพระเจ้า:

'วิบัติแก่เจ้า…
เจ้าเดินทางทั้งทางบกและทางทะเลเพื่อชักชวนคนเพียงคนเดียวให้เปลี่ยนมานับถือศาสนาของตน แต่เมื่อเจ้าประสบความสำเร็จ เจ้ากลับทำให้พวกเขาเป็นเด็กนรกสองเท่าของเจ้า"

เราเป็นผู้ตัดสินใจ ไม่ใช่สาวก
เราเป็นผู้ให้กำเนิดศาสนา ไม่ใช่ความสัมพันธ์ และตอนนี้เสียงแห่งสวรรค์ก็ดังกึกก้อง:

"เจ้าได้ละทิ้งความรักครั้งแรกของเจ้าไปแล้ว"
— วิวรณ์ 2:4
"เพราะเจ้าไม่กระตือรือร้น… เราจะคายเจ้าออก"
— วิวรณ์ 3:16

แต่ก็ยังมีความหวังอยู่.

“จงซื่อสัตย์จนถึงความตาย และเราจะมอบมงกุฎแห่งชีวิตให้แก่เจ้า”
— วิวรณ์ 2:10

วิกฤตโลก การตอบสนองที่เหลือ

แต่ละภูมิภาคใน 40 เรื่องราวเหล่านี้เผยให้เห็นคริสตจักร **ที่จุดทางแยก :**

- ใน **ลากอส** ความทะเยอทะยานถูกสร้างขึ้นแต่ก็ล้มเหลวเช่นกัน แต่ยังคงมีส่วนที่เหลืออยู่
- ใน **กรุงอักกรา** ความโลภกัดกิน แต่การกลับใจกลับเยียวยาได้
- ใน **แอสมารา** ความกลัวเงียบลง แต่ความกล้าหาญกลับเพิ่มขึ้น
- ใน **ฮูสตัน** ความบันเทิงมีอยู่มากมาย แต่ความหิวโหยกลับเกิดขึ้น
- ใน **เมืองเพิร์ธ** การประนีประนอมทำให้ความจริงปรากฏขึ้น แต่การบูชากลับเพิ่มขึ้น
- ใน **ซานติอาโก** ความเร่งรีบเป็นอุปสรรคต่อความลึกซึ้ง แต่การสอนช่วยฟื้นฟูได้
- ใน **เมืองอาเลปโป** การข่มเหงทำให้เกิดความกล้าหาญ แต่พระคริสต์กลับได้รับการถวายเกียรติ

อเมริกาเหนือเต็มไปด้วย **ภาพลักษณ์** แอฟริกาเต้นรำระหว่าง **ไฟและเนื้อหนัง** ยุโรปซ่อนตัวอยู่ภายใต้ **พิธีกรรม** เอเชีย
ครวญครางภายใต้ แรง
กดดัน อเมริกาใต้แผดเผาด้วย **อารมณ์** แต่ขาดความลึกซึ้ง
ออสเตรเลียหดตัวจาก **ความเชื่อมั่น** และ
ค
ริสตจักรที่ถูกข่มเหงก็เลือดไหลแต่ยังคงเปล่งประกาย

แต่ในทุกสถานที่ ยังคงมี **สิ่งที่หลงเหลือ** อยู่ คือ ความอ่อนน้อม ยอมจำนน และตื่นรู้ และถึงกระนั้น **พระเยซูก็ยังคงเคาะประตู**

การตัดสินใจตอนนี้

หนังสือเล่มนี้ไม่ใช่ความบันเทิง แต่
มันเป็นคบเพลิงที่เรียกร้องให้จุดไฟเผาแท่นเทศน์ ห้องสวดมนต์ และดวงใจ

"จงกลับใจเสีย มิฉะนั้นเราจะถอดเชิงเทียนของเจ้าออก"
— วิวรณ์ 2:5

เราจะรอจนกว่าพระองค์จะเสด็จไป
หรือเราจะเปิดประตูก่อนที่ประตูจะปิด?

เรียกร้องให้ดำเนินการ

คริสตจักร ช่วงเวลานี้เป็นของคุณ
เสียงเคาะประตูเป็นของจริง ไฟกำลังใกล้เข้ามา

ศิษยาภิบาลทั้งหลาย จงกลับมาสู่ความจริง—จงเทศนาด้วยไฟ ไม่ใช่ด้วยความกลัว
ผู้นำ คือศิษย์ที่มีความลึกซึ้ง หยุดสร้างผู้เปลี่ยนใจเลื่อมใสที่ไม่มีรากฐาน
ผู้เชื่อทั้งหลาย จงจุดไฟที่แท่นบูชาของคุณอีกครั้ง จงอธิษฐานอย่างแรงกล้า
ดำเนินชีวิตอย่างกล้าหาญ และรักอย่างแรงกล้า
นักบุญที่ถูกข่มเหงจง อดทน พระองค์ทรงสวมมงกุฎแห่งสวรรค์

"เปิดประตูสิ!"
— วิวรณ์ 3:20
"เลือกส่วนที่ดีกว่าสิ!"
— ลูกา 10:42

เร็วตอนนี้
ประกาศพรุ่งนี้ ส่องสว่างตลอดไป

เรื่องราวทั้ง 40 เรื่องนี้ไม่ใช่เพียงนิทาน แต่
เป็น **เสียงแตรที่ดัง** สนั่น

โลกกำลังรอคอย
ราชาอยู่ที่หน้าประตู ส่วนที่เหลือกำลังฟื้นคืนชีพ

คุณจะเปิดประตูไหม?

วิธีการเกิดใหม่และเริ่มต้นชีวิตใหม่กับพระคริสต์

บางทีคุณอาจเคยเดินร่วมกับพระเยซูมาก่อน หรือบางทีคุณอาจเพิ่งพบกับพระองค์ในช่วง 40 วันที่ผ่านมา แต่ตอนนี้ มีบางอย่างในตัวคุณกำลังสั่นคลอน

คุณพร้อมสำหรับสิ่งอื่นๆ มากกว่าศาสนา
คุณพร้อมสำหรับ **ความสัมพันธ์** คุณ
พร้อมที่จะพูดว่า "พระเยซู ฉันต้องการพระองค์"

นี่คือความจริง:

"เพราะว่าทุกคนทำบาป เราทุกคนล้วนแต่ขาดมาตรฐานอันรุ่งโรจน์ของพระเจ้า...
แต่พระเจ้าด้วยพระคุณของพระองค์
ทรงทำให้เราเป็นผู้ชอบธรรมในสายพระเนตรของพระองค์"
— โรม 3:23–24 (NLT)

คุณไม่สามารถหาความรอดได้
คุณไม่สามารถแก้ไขตัวเองได้ แต่พระเยซูได้จ่ายราคาเต็มไปแล้ว
และพระองค์กำลังรอต้อนรับคุณกลับบ้าน

วิธีการเกิดใหม่อีกครั้ง

การเกิดใหม่หมายถึงการมอบชีวิตของคุณให้กับพระเยซู ยอมรับการให้อภัยของพระองค์ เชื่อว่าพระองค์ทรงสิ้นพระชนม์และทรงคืนพระชนม์ และรับพระองค์เป็นพระเจ้าและพระผู้ช่วยให้รอดของคุณ

มันเรียบง่าย มันทรงพลัง มันเปลี่ยนแปลงทุกสิ่งทุกอย่าง

อธิษฐานออกเสียงดังๆ:

**"พระเยซูเจ้า ข้าพเจ้าเชื่อว่า พระองค์ เป็นพระบุตรของพระเจ้า
ข้าพเจ้าเชื่อว่าพระองค์สิ้นพระชนม์เพื่อบาปของข้าพเจ้าและทรงฟื้นคืนพระชนม์
ข้าพเจ้าสารภาพว่าข้าพเจ้าได้ทำบาปและต้องการการอภัยจากพระองค์
วันนี้ข้าพเจ้ากลับใจและหันหลังให้กับวิถีทางเก่า
ข้าพเจ้าขอเชิญพระองค์เข้ามาในชีวิตของข้าพเจ้าเพื่อเป็นพระเจ้าและพระผู้ช่วยให้รอด
ของข้าพเจ้า โปรดชำระข้าพเจ้าให้สะอาด เติมข้าพเจ้าด้วยพระวิญญาณของพระองค์
ข้าพเจ้าประกาศว่าข้าพเจ้าเกิดใหม่ ได้รับการอภัย และเป็นอิสระ
จากวันนี้เป็นต้นไป ข้าพเจ้าจะติดตามพระองค์
และจะดำเนินชีวิตตามรอยพระบาทของพระองค์
ขอบพระคุณที่ทรงช่วยข้าพเจ้า ในพระนามของพระเยซู อาเมน"**

ขั้นตอนต่อไปหลังจากได้รับความรอด

1. **บอกใครสักคน** – แบ่งปันการตัดสินใจของคุณกับผู้ศรัทธาที่คุณไว้ใจ
2. **ค้นหาคริสตจักรที่ยึดหลักพระคัมภีร์** –
   เข้าร่วมชุมชนที่สอนพระวจนะของพระเจ้าและดำเนินชีวิตตามพระวจนะนั้น
   เยี่ยมชม God's Eagle ministries ทางออนไลน์ได้ที่

https://www.otakada.org หรือ https://chat.whatsapp.com/H67spSun32DDTma8TLh0ov

3. **รับบัพติศมา** – ก้าวต่อไปในที่สาธารณะเพื่อประกาศศรัทธาของคุณ
4. **อ่านพระคัมภีร์ทุกวัน** – เริ่มต้นด้วยพระกิตติคุณของยอห์น
5. **อธิษฐานทุกวัน** – พูดคุยกับพระเจ้าในฐานะเพื่อนและพระบิดา
6. **เชื่อมต่ออยู่เสมอ** – ล้อมรอบตัวคุณด้วยผู้คนที่สนับสนุนการเดินครั้งใหม่ของคุณ
7. **เริ่มกระบวนการสร้างสาวกภายในชุมชน** – พัฒนาความสัมพันธ์แบบตัวต่อตัวกับพระเยซูคริสต์ผ่านลิงก์เหล่านี้

การเป็นสาวก 40 วัน 1 - https://www.otakada.org/get-free-40-days-online-discipleship-course-in-a-journey-with-jesus/

40 การเป็นสาวก 2 - https://www.otakada.org/get-free-40-days-dna-of-discipleship-journey-with-jesus-series-2/

ช่วงเวลาแห่งความรอดของฉัน

วันที่ : ______________________________

ลายเซ็น : __________________________

"ผู้ใดอยู่ในพระคริสต์ ผู้นั้นก็เป็นคนสร้างใหม่แล้ว สิ่งเก่าๆ ก็ล่วงไป สิ่งใหม่ก็เกิดขึ้นแล้ว"
— 2 โครินธ์ 5:17

ใบรับรองชีวิตใหม่ในพระคริสต์

คำประกาศความรอด – เกิดใหม่โดยพระคุณ

นี่รับรองว่า

-

(ชื่อ-นามสกุล)

ได้ประกาศ **ความเชื่อในพระเยซูคริสต์ ต่อสาธารณชน**
ในฐานะพระเจ้าและพระผู้ช่วยให้รอด
และได้รับของขวัญแห่งความรอดโดยเปล่าประโยชน์ผ่านทางความตายและการฟื้นคืนพระชนม์ของพระองค์

*"ถ้าคุณประกาศอย่างเปิดเผยว่าพระเยซูเป็นพระเจ้า
และเชื่อในใจว่าพระเจ้าทรงชุบพระองค์ให้เป็นขึ้นจากความตาย คุณก็จะได้รับความรอด"*
— โรม 10:9 (NLT)

ในวันนี้สวรรค์ชื่นชมยินดีและการเดินทางครั้งใหม่ก็เริ่มต้นขึ้น

วันที่ตัดสินใจ : ______________________________

ลายเซ็น : ______________________________

คำประกาศความรอด

"วันนี้ฉันยอมมอบชีวิตของฉันให้กับพระเยซูคริสต์
ฉันเชื่อว่าพระองค์ทรงสิ้นพระชนม์เพื่อบาปของฉันและทรงฟื้นคืนพระชนม์
ฉันรับพระองค์เป็นพระเจ้าและพระผู้ช่วยให้รอดของฉัน ฉันได้รับการอภัย เกิดใหม่
และได้รับการสร้างใหม่ ตั้งแต่วินาทีนี้เป็นต้นไป ฉันจะเดินตามรอยพระบาทของพระองค์"

ยินดีต้อนรับสู่ครอบครัวของพระเจ้า!

ชื่อของคุณถูกจารึกไว้ในหนังสือชีวิตของลูกแกะ
เรื่องราวของคุณเพิ่งจะเริ่มต้นเท่านั้น และจะเป็นนิรันดร์

หนังสือเล่มอื่นๆ ที่ตีพิมพ์โดยผู้เขียน

Loved, Chosen and **Whole** : การเดินทาง 30 วันจากการถูกปฏิเสธสู่การฟื้นฟู ได้รับการแปลเป็น 40 ภาษาทั่วโลก

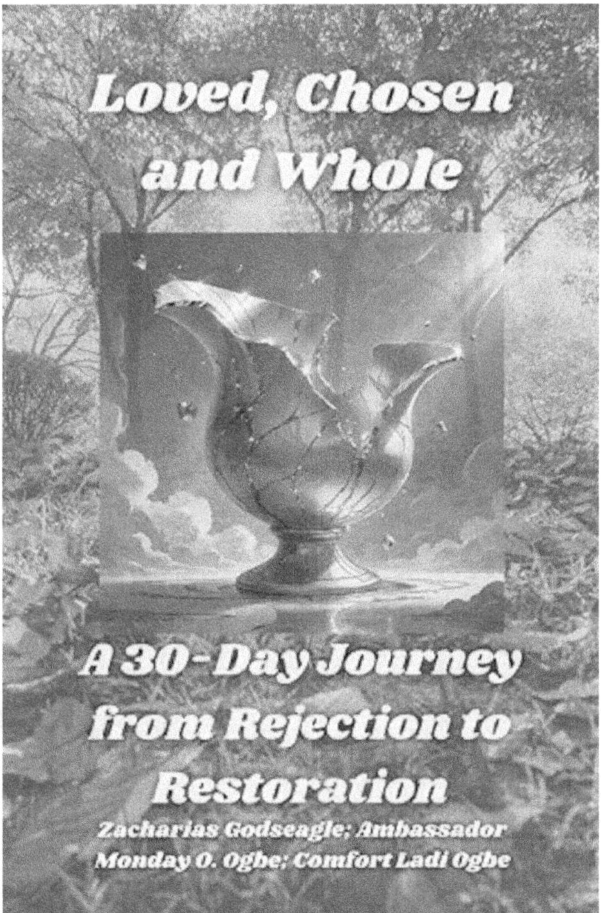

https://www.amazon.com/หนังสืออีบุ๊ก Loved-Chosen-Whole-Rejection-Restoration/dp/B0F9VSD8WL

หนังสือเล่มอื่น ๆ สามารถพบได้ในหน้าผู้เขียน
https://www.amazon.com/stores/Ambassador-Monday-O.-Ogbe/author/B07MSBPFNX

ตามรอยพระองค์ — ความท้าทาย 40 วันของ WWJD:
การใช้ชีวิตเหมือนพระเยซูในเรื่องราวชีวิตจริงทั่วโลก

https://www.amazon.com/His-Steps-Challenge-Real-Life-Stories-อีบุ๊ก/dp/B0FCYTL5MG

www.ingramcontent.com/pod-product-compliance
Lightning Source LLC
LaVergne TN
LVHW051103051026
849532LV00004BB/1409